Möguleikarnir Í Matarhöfunum Aðrir Svalandi Matarhefðir

Einar Istanos

Samantekt

Miðjarðarhafspíta

Undirbúningstími: 22 mínútur

Eldunartími: 3 mínútur

Skammtar: 2

Erfiðleikastig: auðvelt

Hráefni:

- 1/4 bolli sæt rauð paprika
- 1/4 bolli saxaður laukur
- 1 bolli egg í staðinn
- 1/8 tsk salt
- 1/8 tsk pipar
- 1 tómatur skorinn í litla bita
- 1/2 bolli ferskt rifið barnaspínat
- 1-1/2 tsk söxuð fersk basilíka
- 2 heilar pítur
- 2 matskeiðar mulinn fetaostur

Leiðbeiningar:

Húðaðu litla nonstick pönnu með matreiðsluúða. Hrærið lauknum og chilli saman við í 3 mínútur við meðalhita. Bætið eggjauppbótinni út í og kryddið með salti og pipar. Blandið þar til það hefur storknað. Blandið söxuðu spínati, söxuðum tómötum og saxaðri basilíku saman. Hellið yfir focacciana. Toppið grænmetisblönduna með eggjablöndunni þinni. Kryddið með muldum fetaosti og berið fram strax.

Næring (á 100 g):267 hitaeiningar 3 g fita 41 g kolvetni 20 g prótein 643 mg natríum

Hummus Deviled Egg

Undirbúningstími: 10 mínútur

Eldunartími: 0 mínútur

Skammtar: 6

Erfiðleikastig: auðvelt

Hráefni:

- 1/4 bolli agúrka í teningum
- 1/4 bolli fínt skorinn tómatur
- 2 tsk ferskur sítrónusafi
- 1/8 tsk salt
- 6 harðsoðin afhýdd egg, skorin í tvennt eftir endilöngu
- 1/3 bolli brennt hvítlaukshummus eða hvaða bragð af hummus sem er
- Hakkað fersk steinselja (valfrjálst)

Leiðbeiningar:

Blandið saman tómötum, sítrónusafa, gúrku og salti og blandið síðan varlega saman. Skafið eggjarauðurnar úr helminguðu eggjunum og geymið til síðari notkunar. Skelltu hrúgaðri teskeið af humus í hvert hálft egg. Toppið með steinselju og 1/2 tsk tómat-gúrkublöndu. Berið fram strax

Næring (á 100 g):40 hitaeiningar 1 g fita 3 g kolvetni 4 g

Reykt lax hrærð egg

Undirbúningstími: 2 mínútur

Eldunartími: 8 mínútur

Skammtar: 4

Erfiðleikastig: miðlungs

Hráefni:

- 16 aura af eggjum, kólesteróllaust
- 1/8 tsk svartur pipar
- 2 matskeiðar sneiddur grænn laukur, varatoppar
- 1 únsa kaldur fituskertur rjómaostur, skorinn í 1/4 tommu teninga
- 2 aura flögur reyktur lax

Leiðbeiningar:

Skerið kalda rjómaostinn í ¼ tommu teninga og setjið til hliðar. Þeytið egglos og pipar í stórri skál. Húðaðu nonstick pönnu með eldunarúða yfir miðlungshita. Hrærið egglosinu út í og eldið í 5-7 mínútur eða þar til það byrjar að stífna, hrærið af og til og skafið botninn á pönnunni.

Hrærið rjómaostinum, grænlauknum og laxi saman við. Haltu áfram að elda og hræra í 3 mínútur í viðbót eða bara þar til eggin eru enn rök en soðin í gegn.

Næring (á 100 g):100 hitaeiningar 3 g fita 2 g kolvetni 15 g prótein 772 mg natríum

Bókhveiti og epla og rúsínu muffins

Undirbúningstími: 24 mínútur

Eldunartími: 20 mínútur

Skammtar: 12

Erfiðleikastig: miðlungs

Hráefni:

- 1 bolli alhliða hveiti
- 3/4 bolli bókhveiti
- 2 matskeiðar af púðursykri
- 1 og hálf teskeið af lyftidufti
- 1/4 tsk matarsódi
- 3/4 bolli fituskert súrmjólk
- 2 matskeiðar af ólífuolíu
- 1 stórt egg
- 1 bolli fersk epli, skorin í teninga, afhýdd og kjarnhreinsuð
- 1/4 bolli gullnar rúsínur

Leiðbeiningar:

Undirbúið ofninn í 375 gráður F. Klæðið 12 bolla muffinsform með nonstick eldunarúða eða pappírsfóðri. Að leggja til hliðar. Blandið öllum þurrefnunum saman í skál. Að leggja til hliðar.

Þeytið fljótandi hráefni þar til það er slétt. Flyttu vökvablönduna yfir í hveitiblönduna og hrærðu þar til hún er vætt. Hrærið sneiðum eplum og rúsínum saman við. Fylltu hvern muffinsbolla með um 2/3 fullum af blöndunni. Eldið þar til það er gullbrúnt. Notaðu tannstöngulprófið. Berið fram.

Næring (á 100 g):117 hitaeiningar 1 g fita 19 g kolvetni 3 g prótein 683 mg natríum

Muffins úr graskersklíði

Undirbúningstími: 20 mínútur

Eldunartími: 20 mínútur

Skammtar: 22

Erfiðleikastig: miðlungs

Hráefni:

- 3/4 bolli alhliða hveiti
- 3/4 bolli heilhveiti
- 2 matskeiðar af sykri
- 1 matskeið lyftiduft
- 1/8 tsk salt
- 1 tsk graskersbökukrydd
- 2 bollar 100% klíðkorn
- 1 1/2 bollar undanrennu
- 2 eggjahvítur
- 15 oz x 1 dós grasker
- 2 matskeiðar avókadóolía

Leiðbeiningar:

Forhitið ofninn í 400 gráður Fahrenheit. Útbúið muffinspönnu sem nægir fyrir 22 muffins og klæðið með nonstick eldunarúða. Blandið fyrstu fjórum hráefnunum þar til þau eru sameinuð. Að leggja til hliðar.

Notaðu stóra skál til að blanda saman mjólkinni og klíðkorninu og látið standa í 2 mínútur eða þar til kornið mýkist. Bætið olíunni, eggjahvítunum og graskerinu út í klíðblönduna og blandið vel saman. Hellið hveitiblöndunni út í og blandið vel saman.

Skiptið deiginu jafnt í muffinsformið. Bakið í 20 mínútur. Takið muffinsin af pönnunni og berið fram heit eða kæld.

Næring (á 100 g):70 hitaeiningar 3 g fita 14 g kolvetni 3 g prótein 484 mg natríum

Bókhveiti súrmjólkurpönnukökur

Undirbúningstími: 2 mínútur

Eldunartími: 18 mínútur

Skammtar: 9

Erfiðleikastig: auðvelt

Hráefni:

- 1/2 bolli bókhveiti
- 1/2 bolli alhliða hveiti
- 2 tsk lyftiduft
- 1 tsk af púðursykri
- 2 matskeiðar af ólífuolíu
- 2 stór egg
- 1 bolli fituskert súrmjólk

Leiðbeiningar:

Blandið fyrstu fjórum hráefnunum saman í skál. Bætið olíunni, súrmjólkinni og eggjunum saman við og hrærið þar til það er slétt. Settu pönnukökuna yfir meðalhita og úðaðu með nonstick eldunarúða. Hellið ¼ bolla af deiginu á pönnuna og eldið í 1-2 mínútur á hvorri hlið eða þar til hann er gullinbrúnn. Berið fram strax.

Næring (á 100 g):108 hitaeiningar 3 g fita 12 g kolvetni 4 g prótein 556 mg natríum

Franskt brauð með möndlum og ferskjukompott

Undirbúningstími: 10 mínútur

Eldunartími: 15 mínútur

Skammtar: 4

Erfiðleikastig: auðvelt

Hráefni:

- Samið:
- 3 matskeiðar af sykuruppbót, byggt á súkralósa
- 1/3 bolli + 2 matskeiðar vatn, skipt
- 1 1/2 bollar ferskar ferskjur, afhýddar eða frosnar, þiðnar og tæmdar, skornar í sneiðar
- 2 msk ferskjuálegg, enginn viðbættur sykur
- 1/4 tsk malaður kanill
- Franskt möndlubrauð
- 1/4 bolli fituskert (létt)mjólk
- 3 matskeiðar af sykuruppbót, byggt á súkralósa
- 2 heil egg
- 2 eggjahvítur
- 1/2 tsk möndluþykkni
- 1/8 tsk salt
- 4 sneiðar af fjölkorna brauði
- 1/3 bolli sneiðar möndlur

Leiðbeiningar:

Til að búa til kompott skaltu leysa 3 matskeiðar súkralósi upp í 1/3 bolli af vatni í meðalstórum potti yfir miðlungsháum hita. Hrærið ferskjunum saman við og látið suðuna koma upp. Lækkið hitann í miðlungs og haltu áfram að elda án loks í 5 mínútur í viðbót eða þar til ferskjurnar hafa mýkst.

Blandið því sem eftir er af vatni og ávaxtaáleggi saman og hrærið ferskjunum út í pottinn. Eldið í aðra mínútu eða þar til sírópið þykknar. Takið af hellunni og bætið kanilnum út í. Lokið til að halda hita.

Til að búa til franskt ristað brauð. Blandið mjólkinni og súkralósa saman í stórt grunnt fat og þeytið þar til það er alveg uppleyst. Hrærið eggjahvítum, eggjum, möndluþykkni og salti saman við. Dýfið báðum hliðum brauðsneiðanna í 3 mínútur í eggjablöndunni eða þar til þær eru alveg gegnblautar. Stráið báðar hliðar sneiðum möndlum og þrýstið vel saman til að festast.

Penslið nonstick pönnu með matreiðsluúða og setjið yfir meðalháan hita. Steikið brauðsneiðarnar á pönnu í 2 til 3 mínútur á báðum hliðum eða þar til þær eru ljósbrúnar. Berið fram toppað með ferskjukompotti.

Næring (á 100 g):277 hitaeiningar 7 g fita 31 g kolvetni 12 g prótein 665 mg natríum

Berjahaframjöl með sætu vanillukremi

Undirbúningstími: 5 mínútur

Eldunartími: Fimm mínútur

Skammtar: 4

Erfiðleikastig: auðvelt

Hráefni:

- 2 bollar af vatni
- 1 bolli hraðeldaðir hafrar
- 1 matskeið súkralósa-undirstaða sykuruppbótar
- 1/2 tsk malaður kanill
- 1/8 tsk salt
- Rjómi
- 3/4 bolli fitulaus hálf og hálf
- 3 matskeiðar sykuruppbótarefni úr súkralósa
- 1/2 tsk vanilluþykkni
- 1/2 tsk möndluþykkni
- Krydd
- 1 1/2 bollar fersk bláber
- 1/2 bolli fersk eða frosin og þíða hindber

Leiðbeiningar:

Sjóðið vatnið við háan hita og hrærið höfrunum saman við. Minnkaðu hitann í miðlungs á meðan þú eldar hafrar, án loks í 2 mínútur eða þar til þykknar. Takið af hellunni og hrærið sykuruppbótinni, salti og kanil saman við. Í meðalstórri skál, hrærið öllu rjómahráefninu saman við þar til það hefur blandast vel saman. Skellið soðnu haframjölinu í 4 jafna skammta og hellið sæta rjómanum yfir þá. Toppið með berjunum og berið fram.

Næring (á 100 g):150 hitaeiningar 5 g fita 30 g kolvetni 5 g prótein 807 mg natríum

Súkkulaði- og jarðarberjakrem

Undirbúningstími: 5 mínútur

Eldunartími: 10 mínútur

Skammtar: 4

Erfiðleikastig: auðvelt

Hráefni:

- 1 bolli af 00 mjúku hveiti
- 2/3 bolli léttmjólk (1%)
- 2 eggjahvítur
- 1 egg
- 3 matskeiðar af sykri
- 3 matskeiðar af beiskt kakódufti
- 1 msk kælt bráðið smjör
- 1/2 tsk salt
- 2 tsk canola olía
- 3 matskeiðar jarðarberjaálegg
- 3 1/2 bollar þíða eða sneið fersk jarðarber
- 1/2 bolli fitulaust þíða frosið þeytt álegg
- Fersk myntulauf (ef vill)

Leiðbeiningar:

Blandið fyrstu átta hráefnunum saman í stórri skál þar til það er slétt og vel blandað saman.

Penslið ¼ tsk olíu á lítilli nonstick pönnu yfir meðalhita. Hellið ¼ bolla af deigi í miðjuna og hrærið til að hjúpa pönnuna með deigi.

Eldið í eina mínútu eða þar til crepeið er ógegnsætt og brúnirnar þurrar. Snúðu á hina hliðina og eldaðu í hálfa mínútu í viðbót. Endurtaktu ferlið með afganginum af blöndunni og olíunni.

Skelltu ¼ bolla af þíddum jarðarberjum í miðjuna á crepeinu og hringdu þar til fyllingin er þakin. Setjið 2 matskeiðar af þeyttum rjóma yfir og skreytið með myntu áður en það er borið fram.

Næring (á 100 g):334 hitaeiningar 5 g fita 58 g kolvetni 10 g prótein 678 mg natríum

Aspas og skinku quiche

Undirbúningstími: 5 mínútur

Eldunartími: 42 mínútur

Skammtar: 6

Erfiðleikastig: auðvelt

Hráefni:

- 2 bollar 1/2 tommu sneiðar aspas
- 1 rauð paprika saxuð
- 1 bolli mjólk, lágfitu (1%)
- 2 matskeiðar af 00 mjúku hveiti
- 4 eggjahvítur
- 1 egg, heilt
- 1 bolli saxað soðin skinka
- 2 matskeiðar saxað estragon eða fersk basil
- 1/2 tsk salt (valfrjálst)
- 1/4 tsk svartur pipar
- 1/2 bolli svissneskur ostur, smátt saxaður

Leiðbeiningar:

Hitið ofninn í 350 gráður F. Örbylgjuofn papriku og aspas í 1 matskeið af vatni á HIGH í 2 mínútur. Tæmdu. Þeytið saman hveiti og mjólk og bætið síðan eggjahvítunum saman við þar til það hefur blandast vel saman. Hrærið grænmetinu og öðru hráefni nema ostinum saman við.

Hellið í 9 tommu kökuform og bakið í 35 mínútur. Stráið ostinum yfir kökuna og bakið í 5 mínútur í viðbót eða þar til osturinn bráðnar. Látið kólna í 5 mínútur og skerið síðan í 6 báta til að bera fram.

Næring (á 100 g):138 hitaeiningar 1 g fita 8 g kolvetni 13 g prótein 588 mg natríum

Eplaskífur

Undirbúningstími: 20 mínútur

Eldunartími: 15 mínútur

Skammtar: 10

Erfiðleikastig: miðlungs

Hráefni:

- 1 bolli alhliða hveiti
- 1 bolli heilhveiti, hvítt
- 3 matskeiðar af sykri
- 1 og hálf teskeið af lyftidufti
- 1/2 tsk salt
- 1/2 tsk malaður kanill
- 1/4 tsk matarsódi
- 1 Granny Smith epli í teningum
- 1/2 bolli rifinn skarpur cheddar ostur
- 1/3 bolli eplamósa, venjulegt eða ósykrað
- 1/4 bolli mjólk, fitulaus (undirrennu)
- 3 matskeiðar brætt smjör
- 1 egg

Leiðbeiningar:

Undirbúðu ofninn fyrir 425 gráður F. Undirbúðu bökunarplötuna með því að fóðra það með bökunarpappír. Blandið öllum þurrefnunum saman í skál og blandið saman. Hrærið ostinum og eplinum saman við. Að leggja til hliðar. Þeytið öll blautu hráefnin saman. Hellið þurru blöndunni yfir þar til hún kemur saman og breytist í klístrað deig.

Hnoðið deigið á hveitistráðu sætabrauðsborði um það bil 5 sinnum. Klappaðu og teygðu síðan í 8 tommu hring. Skerið í 10 skáskora.

Setjið á bökunarplötu og spreyið toppinn með eldunarspreyi. Bakið í 15 mínútur eða þar til þær eru ljósbrúnar. Berið fram.

Næring (á 100 g):169 hitaeiningar 2 g fita 26 g kolvetni 5 g prótein 689 mg natríum

Beikon og egg

Undirbúningstími: 15 mínútur

Eldunartími: 15 mínútur

Skammtar: 4

Erfiðleikastig: auðvelt

Hráefni:

- 1 bolli egglos, kólesteróllaust
- 1/4 bolli parmesanostur, rifinn
- 2 sneiðar kanadískt beikon í teningum
- 1/2 tsk rauð chilisósa
- 1/4 tsk svartur pipar
- 4x7 tommu heilhveiti tortillur
- 1 bolli barnaspínatlauf

Leiðbeiningar:

Forhitaðu ofninn í 325 gráður F. Sameina fyrstu fimm hráefnin til að búa til fyllingu. Hellið blöndunni í 9 tommu glerform sem er úðað með smjörbragði.

Eldið í 15 mínútur eða þar til eggin eru stíf. Takið úr ofninum. Settu tortillurnar í ofninn í eina mínútu. Skerið bökuðu eggjablönduna í fernt. Setjið fjórðung í miðju hverrar tortillu og toppið með ¼ bolla spínati. Brjótið tortillana frá botni í miðju og síðan báðum hliðum í miðju til að umlykja. Berið fram strax.

Næring (á 100 g):195 hitaeiningar 3 g fita 20 g kolvetni 15 g prótein 688 mg natríum

Bláberja-appelsínu muffins

Undirbúningstími: 10 mínútur

Eldunartími: 10-25 mínútur

Skammtar: 12

Erfiðleikastig: miðlungs

Hráefni:

- 1 3/4 bollar alhliða hveiti
- 1/3 bolli sykur
- 2 og hálf teskeið af lyftidufti
- 1/2 tsk matarsódi
- 1/2 tsk salt
- 1/2 tsk malaður kanill
- 3/4 bolli mjólk, fitulaus (undirrennu)
- 1/4 bolli smjör
- 1 egg, stórt, létt þeytt
- 3 matskeiðar þídd appelsínusafaþykkni
- 1 tsk vanillu
- 3/4 bolli fersk bláber

Leiðbeiningar:

Undirbúðu ofninn í 400 gráður F. Fylgdu skrefum 2 til 5 í bókhveiti-, epla- og rúsínumuffins Fylltu muffinsformin ¾ full af blöndunni og bakaðu í 20 til 25 mínútur. Látið kólna í 5 mínútur og berið fram heitt.

Næring (á 100 g):149 hitaeiningar 5 g fita 24 g kolvetni 3 g prótein 518 mg natríum

14. Bakað engiferhaframjöl með perutoppi

Undirbúningstími: 10 mínútur

Eldunartími: 15 mínútur

Skammtar: 2

Erfiðleikastig: auðvelt

Hráefni:

- 1 bolli gamaldags hafrar
- 3/4 bolli mjólk, fitulaus (undirrennu)
- 1 eggjahvíta
- 1 1/2 tsk rifið engifer, ferskt eða 3/4 tsk malað engifer
- 2 matskeiðar púðursykur, skipt
- 1/2 þroskuð pera skorin í teninga

Leiðbeiningar:

Spray 2 6-eyri ramekins með nonstick eldunarúða. Undirbúðu ofninn við 350 gráður F. Blandaðu saman fyrstu fjórum hráefnunum og matskeið af sykri og blandaðu síðan vel saman. Hellið jafnt á milli 2 formanna. Toppið með perusneiðum og matskeiðinni sem eftir er af sykri. Bakið í 15 mínútur. Berið fram heitt.

Næring (á 100 g):268 hitaeiningar 5 g fita 2 g kolvetni 10 g prótein 779 mg natríum

Grænmetiseggjakaka í grískum stíl

Undirbúningstími: 10 mínútur

Eldunartími: 20 mínútur

Skammtar: 2

Erfiðleikastig: auðvelt

Hráefni:

- 4 stór egg
- 2 matskeiðar fitulaus mjólk
- 1/8 tsk salt
- 3 tsk ólífuolía, skipt
- 2 bollar baby Portobello, sneið
- 1/4 bolli fínt saxaður laukur
- 1 bolli ferskt barnaspínat
- 3 msk fetaostur, mulinn
- 2 matskeiðar þroskaðar ólífur, sneiddar
- Nýmalaður pipar

Leiðbeiningar:

Þeytið saman fyrstu þrjú hráefnin. Hrærið 2 matskeiðar olíu í nonstick pönnu yfir miðlungs háum hita. Steikið laukinn og sveppina í 5-6 mínútur eða þar til þær eru gullinbrúnar. Hrærið spínatinu saman við og eldið. Fjarlægðu blönduna af pönnunni.

Notaðu sömu pönnu og hitaðu olíuna sem eftir er yfir miðlungs lágan hita. Hellið eggjablöndunni út í og um leið og hún byrjar að storkna, ýtið brúnunum í átt að miðjunni til að hráa blöndunni fari að renna. Þegar eggin hafa stífnað skaltu ausa grænmetisblöndunni til hliðar. Stráið ólífum og fetaost yfir og brjótið síðan hina hliðina saman til að loka. Skerið í tvennt og stráið pipar yfir til að bera fram.

Næring (á 100 g):271 hitaeiningar 2 g fita 7 g kolvetni 18 g prótein 648 mg natríum

Sumar smoothie

Undirbúningstími: 8 mínútur

Eldunartími: 0 mínútur

Skammtar: 2

Erfiðleikastig: auðvelt

Hráefni:

- 1/2 banani, afhýddur
- 2 bollar jarðarber, skorin í tvennt
- 3 matskeiðar mynta, söxuð
- 1 1/2 bollar kókosvatn
- 1/2 avókadó, skorið og afhýtt
- 1 döðla, söxuð
- Ísmolar eftir þörfum

Leiðbeiningar:

Blandið öllu saman í blandara og blandið þar til mjúkt. Bætið við ísmolum til að þykkna og berið fram kalt.

Næring (á 100 g):360 hitaeiningar 12 g fita 5 g kolvetni 31 g prótein 737 mg natríum

Skinku- og eggjapítur

Undirbúningstími: 5 mínútur

Eldunartími: 15 mínútur

Skammtar: 4

Erfiðleikastig: auðvelt

Hráefni:

- 6 egg
- 2 skalottlaukar, saxaðir
- 1 tsk ólífuolía
- 1/3 bolli reykt skinka, saxað
- 1/3 bolli sætur grænn pipar, saxaður
- 1/4 bolli brie ostur
- Sjávarsalt og svartur pipar eftir smekk
- 4 salatblöð
- 2 pítubrauð, heilhveiti

Leiðbeiningar:

Hitið ólífuolíuna á pönnu við meðalhita. Bætið skalottlaukanum og grænum pipar út í, látið malla í fimm mínútur og hrærið oft.

Taktu skál og þeytið eggin, stráið salti og pipar yfir. Gakktu úr skugga um að eggin séu vel þeytt. Setjið eggin á pönnuna og bætið síðan skinkunni og ostinum saman við. Blandið vel saman og eldið þar til blandan þykknar. Skiptu bollunum í tvennt og opnaðu vasana. Dreifið teskeið af sinnepi í hvern vasa og bætið salatblaði við hvern. Skiptið eggjablöndunni í hvert og eitt og berið fram.

Næring (á 100 g):610 hitaeiningar 21 g fita 10 g kolvetni 41 g prótein 807 mg natríum

Kúskús í morgunmat

Undirbúningstími: 5 mínútur

Eldunartími: 15 mínútur

Skammtar: 4

Erfiðleikastig: miðlungs

Hráefni:

- 3 bollar mjólk, lágfitu
- 1 kanilstöng
- 1/2 bolli apríkósur, þurrkaðar og saxaðar
- 1/4 bolli rifsber, þurrkuð
- 1 bolli kúskús, hrátt
- Örlítið af fínu sjávarsalti
- 4 tsk smjör, brætt
- 6 teskeiðar af púðursykri

Leiðbeiningar:

Hitið pönnu með mjólk og kanil við meðalháan hita. Eldið í þrjár mínútur áður en pönnuna er tekin af hellunni.

Bætið apríkósum, kúskúsi, salti, rifsberjum og sykri út í. Blandið vel saman og hyljið síðan. Skildu það til hliðar og láttu það hvíla í fimmtán mínútur.

Fleygðu kanilstönginni og skiptu því á milli skálanna. Stráið púðursykri yfir áður en það er borið fram.

Næring (á 100 g):520 hitaeiningar 28 g fita 10 g kolvetni 39 g prótein 619 mg natríum

Ferskjusalat í morgunmat

Undirbúningstími: 10 mínútur

Eldunartími: 0 mínútur

Skammtar: 1

Erfiðleikastig: auðvelt

Hráefni:

- 1/4 bolli valhnetur, saxaðar og ristaðar
- 1 tsk hunang, hrátt
- 1 ferskja, úthreinsuð og skorin í sneiðar
- 1/2 bolli ricotta, fitulaust og við stofuhita
- 1 msk mynta, fersk og söxuð
- 1 sítróna, börkur

Leiðbeiningar:

Setjið ricotta í skál og skreytið með ferskjusneiðum og valhnetum. Dreypið hunangi yfir og skreytið með myntu.

Stráið sítrónuberki yfir áður en það er borið fram strax.

Næring (á 100 g):280 hitaeiningar 11 g fita 19 g kolvetni 39 g prótein 527 mg natríum

Saltaðir hafrar

Undirbúningstími: 10 mínútur

Eldunartími: 10 mínútur

Skammtar: 2

Erfiðleikastig: auðvelt

Hráefni:

- 1/2 bolli stálskorinn hafrar
- 1 bolli af vatni
- 1 tómatur, stór og saxaður
- 1 agúrka, saxuð
- 1 matskeið ólífuolía
- Sjávarsalt og svartur pipar eftir smekk
- Flatblaða steinselja, söxuð til skrauts
- Parmesan, fitulítill og nýrifinn

Leiðbeiningar:

Látið suðuna koma upp höfrum og bolla af vatni með potti við háan hita. Hrærið oft þar til vatnið er alveg frásogast, sem mun taka um það bil fimmtán mínútur. Skiptið á milli tveggja skála og bætið tómötunum og gúrkunni út í. Stráið ólífuolíu yfir og skreytið með parmesan. Skreytið með steinselju áður en það er borið fram.

Næring (á 100 g):408 hitaeiningar 13 g fita 10 g kolvetni 28 g prótein 825 mg natríum

Tahini og eplabrauð

Undirbúningstími: 15 mínútur

Eldunartími: 0 mínútur

Skammtar: 1

Erfiðleikastig: auðvelt

Hráefni:

- 2 matskeiðar tahini
- 2 sneiðar af ristuðu grófu brauði
- 1 tsk hunang, hrátt
- 1 epli, lítið, kjarnhreinsað og skorið í þunnar sneiðar

Leiðbeiningar:

Byrjið á því að dreifa tahini á ristað brauð og leggið svo eplin ofan á. dreypið hunangi yfir áður en það er borið fram.

Næring (á 100 g):366 hitaeiningar 13 g fita 9 g kolvetni 29 g prótein 686 mg natríum

Hrærð basilíku egg

Undirbúningstími: 5 mínútur

Eldunartími: 10 mínútur

Skammtar: 2

Erfiðleikastig: auðvelt

Hráefni:

- 4 egg, stór
- 2 matskeiðar fersk basilíka, smátt skorin
- 2 matskeiðar Gruyere ostur, rifinn
- 1 matskeið af rjóma
- 1 matskeið ólífuolía
- 2 hvítlauksgeirar, saxaðir
- Sjávarsalt og svartur pipar eftir smekk

Leiðbeiningar:

Taktu stóra skál og þeytið saman basil, ost, rjóma og egg. Þeytið þar til það hefur blandast vel saman. Takið út stóra pönnu yfir meðalhita og hitið olíuna. Bætið hvítlauknum út í, eldið í eina mínútu. Það ætti að verða gullið.

Hellið eggjablöndunni á pönnuna yfir hvítlaukinn og haltu síðan áfram að hræra meðan þeir eldast svo þeir verði mjúkir og loftkenndir. Kryddið það vel og berið fram heitt.

Næring (á 100 g):360 hitaeiningar 14 g fita 8 g kolvetni 29 g prótein 545 mg natríum

Grískar kartöflur og egg

Undirbúningstími: 10 mínútur

Eldunartími: 30 mínútur

Skammtar: 2

Erfiðleikastig: auðvelt

Hráefni:

- 3 tómatar, fræhreinsaðir og saxaðir gróft
- 2 matskeiðar basil, ferskt og saxað
- 1 hvítlauksgeiri, saxaður
- 2 matskeiðar + ½ bolli ólífuolía, skipt
- sjávarsalt og svartur pipar eftir smekk
- 3 stórar rússuðu kartöflur
- 4 egg, stór
- 1 tsk oregano, ferskt og saxað

Leiðbeiningar:

Taktu matvinnsluvélina og settu tómatana í hann, blandaðu þeim saman við hýðið.

Bætið við hvítlauknum, tveimur matskeiðum af olíu, salti, pipar og basil. Blandið þar til það er vel blandað. Setjið þessa blöndu á pönnu, eldið undir loki í tuttugu til tuttugu og fimm mínútur við lágan hita. Sósan þín ætti að vera þykk og freyðandi.

Skerið kartöflurnar í teninga og setjið þær síðan á pönnu með ½ bolla af ólífuolíu á pönnu við miðlungs lágan hita.

Steikið kartöflurnar þar til þær eru stökkar og gullnar. Þetta ætti að taka fimm mínútur, hyljið síðan pönnuna og lækkið hitann. Gufðu þær þar til kartöflurnar eru tilbúnar.

Bætið eggjunum við tómatsósuna og sjóðið við lágan hita í sex mínútur. Eggin þín ættu að vera stillt.

Fjarlægðu kartöflurnar af pönnunni og tæmdu þær með ísogandi pappír. Setjið þær í skál. Stráið salti, pipar og oregano yfir og berið síðan eggin fram með kartöflunum. Kryddið sósuna með blöndunni og berið fram heita.

Næring (á 100 g):348 hitaeiningar 12 g fita 7 g kolvetni 27 g prótein 469 mg natríum

Smoothie af avókadó og hunangi

Undirbúningstími: 5 mínútur

Eldunartími: 0 mínútur

Skammtar: 2

Erfiðleikastig: auðvelt

Hráefni:

- 1 1/2 bollar sojamjólk
- 1 avókadó, stórt
- 2 matskeiðar hunang, hrátt

Leiðbeiningar:

Blandið öllu hráefninu saman og blandið þar til slétt og berið fram strax.

Næring (á 100 g):280 hitaeiningar 19 g fita 11 g kolvetni 30 g prótein 547 mg natríum

Grænmetiseggjakaka

Undirbúningstími: 5 mínútur

Eldunartími: 10 mínútur

Skammtar: 2

Erfiðleikastig: auðvelt

Hráefni:

- 1/2 eggaldin, afhýdd og skorin í teninga
- 1 handfylli af barnaspínatlaufum
- 1 matskeið ólífuolía
- 3 egg, stór
- 1 tsk möndlumjólk
- 1 eyri geitaostur, mulinn
- 1/4 lítil rauð paprika, saxuð
- sjávarsalt og svartur pipar eftir smekk

Leiðbeiningar:

Byrjið á því að hita grillið á ofninum, þeytið svo eggin saman við möndlumjólkina. Gakktu úr skugga um að það sé vel blandað saman, taktu síðan upp eldfast mót sem festist ekki við. Setjið það yfir meðalháan hita og bætið síðan ólífuolíunni út í.

Þegar olían er hituð skaltu bæta eggjunum við. Dreifið spínatinu yfir þessa blöndu í jöfnu lagi og bætið restinni af grænmetinu út í.

Lækkið hitann í miðlungs og stráið salti og pipar yfir. Látið grænmetið og eggin sjóða í fimm mínútur. Neðsti helmingurinn af eggjunum á að vera stinn og grænmetið að vera meyrt. Bætið geitaostinum út í og grillið á miðri grind í 3 til 5 mínútur. Eggin eiga að vera alveg tilbúin og osturinn bræddur. Skerið í báta og berið fram heitt.

Næring (á 100 g):340 hitaeiningar 16 g fita 9 g kolvetni 37 g prótein 748 mg natríum

Lítil salat umbúðir

Undirbúningstími: 15 mínútur

Eldunartími: 0 mínútur

Skammtar: 4

Erfiðleikastig: auðvelt

Hráefni:

- 1 agúrka, skorin í teninga
- 1 rauðlaukur, sneiddur
- 1 únsa fetaostur, fituskertur, mulinn
- 1 sítróna, safi
- 1 sneiður tómatur
- 1 matskeið ólífuolía
- 12 lítil jöklasalatblöð
- sjávarsalt og svartur pipar eftir smekk

Leiðbeiningar:

Blandið saman tómötum, lauk, feta og gúrku í skál. Blandið saman olíu og safa og kryddið með salti og pipar.

Fylltu hvert laufblað af grænmetisblöndunni og rúllaðu þeim þétt upp. Notaðu tannstöngul til að halda þeim saman við framreiðslu.

Næring (á 100 g):291 hitaeiningar 10 g fita 9 g kolvetni 27 g prótein 655 mg natríum

Epli kúskús með karríi

Undirbúningstími: 20 mínútur

Eldunartími: Fimm mínútur

Skammtar: 4

Erfiðleikastig: miðlungs

Hráefni:

- 2 teskeiðar af ólífuolíu
- 2 blaðlaukur, aðeins hvítir hlutar, skornir í sneiðar
- 1 epli, skorið í teninga
- 2 matskeiðar karrýduft
- 2 bollar kúskús, soðið og heilhveiti
- 1/2 bolli pekanhnetur, saxaðar

Leiðbeiningar:

Hitið olíuna á pönnu við meðalhita. Bætið blaðlauknum út í og eldið þar til hann er meyr, sem tekur fimm mínútur. Bætið við eplið og eldið þar til það er mjúkt.

Bætið karrýduftinu og kúskúsinu út í og blandið vel saman. Takið af hellunni og bætið hnetunum út í áður en þær eru bornar fram strax.

Næring (á 100 g):330 hitaeiningar 12 g fita 8 g kolvetni 30 g prótein 824 mg natríum

Lamba- og grænmetisbaka

Undirbúningstími: 20 mínútur

Eldunartími: 1 klukkustund og 10 mínútur

Skammtar: 8

Erfiðleikastig: miðlungs

Hráefni:

- 1/4 bolli ólífuolía
- 1 pund magurt lambakjöt, úrbeinað og skorið í ½ tommu bita
- 2 stórar rauðar kartöflur, skrúbbaðar og skornar í teninga
- 1 laukur, gróft saxaður
- 2 hvítlauksgeirar, saxaðir
- 28 aura hægeldaðir tómatar með vökva, niðursoðinn og án salts
- 2 kúrbít, skorin í ½ tommu sneiðar
- 1 rauð paprika, fræhreinsuð og skorin í 1 tommu teninga
- 2 matskeiðar flatblaða steinselja, söxuð
- 1 matskeið paprika
- 1 tsk timjan
- 1/2 tsk kanill
- 1/2 glas af rauðvíni
- sjávarsalt og svartur pipar eftir smekk

Leiðbeiningar:

Byrjaðu á því að stilla ofninn á 325 og taktu síðan út stóran pott. Settu það yfir meðalháan hita til að hita ólífuolíuna. Þegar olían þín er orðin heit skaltu hræra lambinu út í og brúna kjötið. Hrærið oft til að stöðva það að renna, setjið síðan lambið í steikarpönnu. Eldið hvítlaukinn, laukinn og kartöflurnar á pönnu þar til þær eru mjúkar, sem ætti að taka fimm til sex mínútur lengur. Setjið þær líka á pönnuna. Hellið kúrbítunum, piparnum og tómötunum á pönnuna með kryddjurtunum og kryddunum. Látið malla í tíu mínútur í viðbót áður en því er hellt á pönnuna. Hellið víni og piparsósu út í. Bætið tómötunum út í og hyljið síðan með filmu. Eldið í klukkutíma. Takið lokið af síðustu fimmtán mínútur eldunar og stillið kryddið eftir þörfum.

Næring (á 100 g):240 hitaeiningar 14 g fita 8 g kolvetni 36 g prótein 427 mg natríum

Flundra með kryddjurtum

Undirbúningstími: 20 mínútur

Eldunartími: 1 klukkustund og 5 mínútur

Skammtar: 4

Erfiðleikastig: miðlungs

Hráefni:

- 1/2 bolli flatblaða steinselja, létt pakkað
- 1/4 bolli ólífuolía
- 4 hvítlauksrif, afhýdd og skorin í tvennt
- 2 matskeiðar rósmarín, ferskt
- 2 matskeiðar timjanblöð, fersk
- 2 matskeiðar salvía, fersk
- 2 msk sítrónubörkur, ferskur
- 4 flundruflök
- sjávarsalt og svartur pipar eftir smekk

Leiðbeiningar:

Undirbúðu ofninn þinn á 350 og settu síðan allt hráefnið nema flundrið í matvinnsluvélina. Blandið þar til hnetukennt mauk myndast. Setjið flökin á bökunarplötu og penslið þau með deiginu. Látið þær kólna í ísskápnum í klukkutíma. Bakið í tíu mínútur. Kryddið og berið fram heitt.

Næring (á 100 g):307 hitaeiningar 11 g fita 7 g kolvetni 34 g prótein 824 mg natríum

Blómkálskínóa

Undirbúningstími: 15 mínútur

Eldunartími: 10 mínútur

Skammtar: 4

Erfiðleikastig: auðvelt

Hráefni:

- 1 1/2 bollar kínóa, soðið
- 3 matskeiðar af ólífuolíu
- 3 bollar blómkálsblóm
- 2 vorlaukar, saxaðir
- 1 matskeið rauðvínsedik
- sjávarsalt og svartur pipar eftir smekk
- 1 matskeið rauðvínsedik
- 1 msk saxaður graslaukur
- 1 matskeið söxuð steinselja

Leiðbeiningar:

Byrjaðu á því að hita pönnu yfir meðalháum hita. Bættu við olíunni þinni. Þegar olían er orðin heit er vorlauknum bætt út í og steikt í um tvær mínútur. Bætið kínóa og blómkáli út í og bætið svo restinni af hráefnunum saman við. Blandið vel saman og lokið. Eldið í níu mínútur við meðalhita og skiptið á milli diska til að bera fram.

Næring (á 100 g):290 hitaeiningar 14 g fita 9 g kolvetni 26 g prótein 656 mg natríum

Mangó peru smoothie

Undirbúningstími: 5 mínútur

Eldunartími: 0 mínútur

Skammtar: 1

Erfiðleikastig: auðvelt

Hráefni:

- 2 ísmolar
- ½ bolli grísk jógúrt
- ½ mangó, afhýtt, skorið og saxað
- 1 bolli grænkál, saxað
- 1 pera, þroskuð, kjarnhreinsuð og saxuð

Leiðbeiningar:

Blandið þar til þú færð þykka og einsleita blöndu. Berið fram kalt.

Næring (á 100 g):350 hitaeiningar 12 g fita 9 g kolvetni 40 g prótein 457 mg natríum

spínat eggjakaka

Undirbúningstími: 10 mínútur

Eldunartími: 20 mínútur

Skammtar: 4

Erfiðleikastig: auðvelt

Hráefni:

- 3 matskeiðar af ólífuolíu
- 1 laukur, lítill og saxaður
- 1 hvítlauksgeiri, saxaður
- 4 tómatar, stórir, kjarnhreinsaðir og saxaðir
- 1 tsk sjávarsalt, fínt
- 8 þeytt egg
- ¼ tsk svartur pipar
- 2 aura fetaostur, mulinn
- 1 matskeið fersk, söxuð flatblaða steinselja

Leiðbeiningar:

Hitið ofninn í 400 gráður og hellið ólífuolíu í ofnfast mót. Setjið pönnuna yfir háan hita, bætið lauknum út í. Eldið í fimm til sjö mínútur. Laukurinn þinn ætti að mýkjast.

Bætið tómötunum, salti, pipar og hvítlauk út í. Látið svo malla í fimm mínútur í viðbót og bætið þeyttum eggjum út í. Hrærið létt og eldið í 3-5 mínútur. Þeir ættu að vera lágir. Setjið pönnuna í ofninn, eldið í fimm mínútur í viðbót. Takið úr ofninum, skreytið með steinselju og fetaost. Berið fram heitt.

Næring (á 100 g):280 hitaeiningar 19 g fita 10 g kolvetni 31 g prótein 625 mg natríum

Möndlu pönnukökur

Undirbúningstími: 15 mínútur

Eldunartími: 15 mínútur

Skammtar: 6

Erfiðleikastig: auðvelt

Hráefni:

- 2 bollar möndlumjólk, ósykrað og við stofuhita
- 2 egg, stór og við stofuhita
- ½ bolli kókosolía, brætt + meira til að smyrja
- 2 tsk hunang, hrátt
- ¼ tsk sjávarsalt, fínt
- ½ teskeið af matarsóda
- 1 ½ bolli heilhveiti
- ½ bolli möndlumjöl
- 1 og hálf teskeið af lyftidufti
- ¼ tsk kanill, malaður

Leiðbeiningar:

Taktu stóra skál og þeytið kókosolíu, eggjum, möndlumjólk og hunangi út í og blandið þar til vel blandað saman.

Taktu meðalstóra skál og sigtaðu saman lyftidufti, matarsóda, möndlumjöli, sjávarsalti, heilhveiti og kanil. Blandið vel saman.

Bætið hveitiblöndunni út í mjólkurblönduna og þeytið vel.

Taktu stóra pönnu og smyrðu hana með kókosolíu áður en hún er sett yfir meðalháan hita. Bætið pönnukökudeiginu í ½ bolla mál.

Eldið í þrjár mínútur eða þar til brúnirnar eru orðnar stífar. Botninn á pönnukökunni á að vera gullbrúnn og loftbólur eiga að brjóta yfirborðið. Eldið báðar hliðar.

Hreinsaðu pönnuna og endurtaktu þar til þú hefur notað allt deigið. Vertu viss um að smyrja aftur pönnuna og toppa með ferskum ávöxtum ef vill.

Næring (á 100 g):205 hitaeiningar 16 g fita 9 g kolvetni 36 g prótein 828 mg natríum

Quinoa ávaxtasalat

Undirbúningstími: 25 mínútur

Eldunartími: 0 mínútur

Skammtar: 4

Erfiðleikastig: auðvelt

Hráefni:

- 2 matskeiðar hunang, hrátt
- 1 bolli jarðarber, fersk og skorin í sneiðar
- 2 matskeiðar lime safi, ferskur
- 1 tsk basil, ferskt og saxað
- 1 bolli kínóa, soðið
- 1 mangó, afhýtt, skorið í sundur og skorið í teninga
- 1 bolli brómber, fersk
- 1 ferskja, úthreinsuð og skorin í teninga
- 2 kíví, afhýdd og skorin í fernt

Leiðbeiningar:

Byrjaðu á því að blanda lime safa, basil og hunangi í lítilli skál. Blandið saman jarðarberjum, kínóa, brómberjum, ferskjum, kívíum og mangó í aðra skál. Bætið hunangsblöndunni saman við og blandið yfir áður en það er borið fram.

Næring (á 100 g):159 hitaeiningar 12 g fita 9 g kolvetni 29 g prótein 829 mg natríum

Jarðarberja og rabarbara smoothie

Undirbúningstími: 8 mínútur

Eldunartími: 0 mínútur

Skammtar: 1

Erfiðleikastig: auðvelt

Hráefni:

- 1 bolli jarðarber, fersk og skorin í sneiðar
- 1 stöngull rabarbari, saxaður
- 2 matskeiðar hunang, hrátt
- 3 ísmolar
- 1/8 tsk malaður kanill
- ½ bolli grísk jógúrt

Leiðbeiningar:

Byrjaðu á því að taka lítinn pott og fylla hann af vatni. Setjið það yfir háan hita til að ná suðu og bætið svo rabarbaranum út í. Sjóðið í þrjár mínútur áður en það er tæmt og sett í blandara.

Bætið jógúrt, hunangi, kanil og jarðarberjum í blandarann. Þegar það er slétt skaltu bæta við ís. Blandið þar til það eru engir kekkir og það verður þykkt. Njóttu kuldans.

Næring (á 100 g):201 hitaeiningar 11 g fita 9 g kolvetni 39 g prótein 657 mg natríum

Bygggrautur

Undirbúningstími: 10 mínútur

Eldunartími: 20 mínútur

Skammtar: 4

Erfiðleikastig: auðvelt

Hráefni:

- 1 bolli hveitiber
- 1 bolli bygg
- 2 bollar möndlumjólk, ósykrað + meira til framreiðslu
- ½ bolli bláber
- ½ bolli granatepli fræ
- 2 bollar af vatni
- ½ bolli heslihnetur, ristaðar og saxaðar
- ¼ bolli hunang, hrátt

Leiðbeiningar:

Taktu pott, settu hann yfir meðalháan hita og bættu síðan möndlumjólkinni, vatni, byggi og hveitiberjum út í. Látið suðuna koma upp áður en hitinn er lækkaður og látið malla í tuttugu og fimm mínútur. Hrærið oft. Kjarnarnir þínir ættu að verða mjúkir.

Toppið hvern skammt með bláberjum, granateplafræjum, heslihnetum, skeið af hunangi og skvettu af möndlumjólk.

Næring (á 100 g):150 hitaeiningar 10 g fita 9 g kolvetni 29 g prótein 546 mg natríum

Piparkökur og graskers smoothie

Undirbúningstími: 15 mínútur

Eldunartími: 50 mínútur

Skammtar: 1

Erfiðleikastig: auðvelt

Hráefni:

- 1 bolli möndlumjólk, ósykrað
- 2 teskeiðar af chiafræjum
- 1 banani
- ½ bolli graskersmauk, niðursoðinn
- ¼ tsk engifer, malað
- ¼ tsk kanill, malaður
- 1/8 tsk múskat, malaður

Leiðbeiningar:

Byrjaðu á því að taka fram skál og blandaðu saman chai fræjum og möndlumjólk. Leyfðu þeim að liggja í bleyti í að minnsta kosti klukkutíma, en þú getur lagt þau í bleyti yfir nótt. Flyttu þær yfir í blandara.

Bætið restinni af hráefnunum saman við og blandið síðan þar til það er slétt. Berið fram kalt.

Næring (á 100 g):250 hitaeiningar 13 g fita 7 g kolvetni 26 g prótein 621 mg natríum

Grænn safi

Undirbúningstími: 5 mínútur

Eldunartími: 0 mínútur

Skammtar: 1

Erfiðleikastig: auðvelt

Hráefni:

- 3 bollar dökk laufgrænt
- 1 agúrka
- ¼ bolli fersk ítalsk steinselja
- ¼ ananas, skorinn í báta
- ½ grænt epli
- ½ appelsína
- ½ sítróna
- Örlítið af rifnum fersku engifer

Leiðbeiningar:

Notaðu safapressu, maukaðu grænmetið, agúrkuna, steinseljuna, ananas, epli, appelsínu, sítrónu og engifer, helltu í stóra bollu og berðu fram.

Næring (á 100 g):200 hitaeiningar 14 g fita 6 g kolvetni 27 g prótein 541 mg natríum

Valhnetu- og döðlusmoothie

Undirbúningstími: 10 mínútur

Eldunartími: 0 mínútur

Skammtar: 2

Erfiðleikastig: auðvelt

Hráefni:

- 4 döðlur með rifnum
- ½ bolli af mjólk
- 2 bollar hrein grísk jógúrt
- 1/2 bolli valhnetur
- ½ tsk kanill, malaður
- ½ tsk vanilluþykkni, hreint
- 2-3 ísmolar

Leiðbeiningar:

Blandið öllu saman þar til þú færð slétta blöndu og berið síðan fram kalt.

Næring (á 100 g):109 hitaeiningar 11 g fita 7 g kolvetni 29 g prótein 732 mg natríum

Ávaxtamjólkurhristingur

Undirbúningstími: 5 mínútur

Eldunartími: 0 mínútur

Skammtar: 2

Erfiðleikastig: auðvelt

Hráefni:

- 2 bollar bláber
- 2 bollar ósykrað möndlumjólk
- 1 bolli mulinn ís
- ½ tsk malað engifer

Leiðbeiningar:

Setjið bláber, möndlumjólk, ís og engifer í blandara. Blandið þar til slétt.

Næring (á 100 g):115 hitaeiningar 10 g fita 5 g kolvetni 27 g prótein 912 mg natríum

Banani og súkkulaði smoothie

Undirbúningstími: 5 mínútur

Eldunartími: 0 mínútur

Skammtar: 2

Erfiðleikastig: auðvelt

Hráefni:

- 2 skrældar bananar
- 1 bolli undanrennu
- 1 bolli mulinn ís
- 3 matskeiðar af beiskt kakódufti
- 3 matskeiðar af hunangi

Leiðbeiningar:

Blandaðu saman bananum, möndlumjólk, ís, kakódufti og hunangi í blandara. Blandið þar til slétt.

Næring (á 100 g):150 hitaeiningar 18 g fita 6 g kolvetni 30 g prótein 821 mg natríum

Jógúrt með bláberjum, hunangi og myntu

Undirbúningstími: 5 mínútur

Eldunartími: 0 mínútur

Skammtar: 2

Erfiðleikastig: auðvelt

Hráefni:

- 2 bollar ósykrað fitufrí grísk jógúrt
- 1 bolli bláber
- 3 matskeiðar af hunangi
- 2 matskeiðar söxuð fersk myntulauf

Leiðbeiningar:

Dreifið jógúrtinni í 2 litlar skálar. Fullkomið með bláberjum, hunangi og myntu.

Næring (á 100 g):126 hitaeiningar 12 g fita 8 g kolvetni 37 g prótein 932 mg natríum

Parfait með berjum og jógúrt

Undirbúningstími: 5 mínútur

Eldunartími: 0 mínútur

Skammtar: 2

Erfiðleikastig: auðvelt

Hráefni:

- 1 bolli hindber
- 1½ bolli ósykrað fitufrí grísk jógúrt
- 1 bolli brómber
- ¼ bolli saxaðar valhnetur

Leiðbeiningar:

Leggðu hindberin, jógúrt og brómber í tvær skálar. Stráið hnetum yfir.

Næring (á 100 g):119 hitaeiningar 13 g fita 7 g kolvetni 28 g prótein 732 mg natríum

Haframjöl með berjum og sólblómafræjum

Undirbúningstími: 5 mínútur

Eldunartími: 10 mínútur

Skammtar: 4

Erfiðleikastig: auðvelt

Hráefni:

- 1 bolli af vatni
- ½ bolli ósykrað möndlumjólk
- klípa af salti
- 1 bolli gamaldags hafrar
- ½ bolli bláber
- ½ bolli hindber
- ¼ bolli sólblómafræ

Leiðbeiningar:

Sjóðið vatnið með möndlumjólkinni og sjávarsalti í meðalstórum potti við meðalháan hita.

Hrærið höfrunum saman við. Lækkið hitann í miðlungs-lágan og haltu áfram að hræra og elda í 5 mínútur. Lokið og látið haframjölið standa í 2 mínútur í viðbót. Blandið saman og berið fram toppað með bláberjum, hindberjum og sólblómafræjum.

Næring (á 100 g):106 hitaeiningar 9 g fita 8 g kolvetni 29 g prótein 823 mg natríum

Hraðskornar möndlur og hlynur

Undirbúningstími: 5 mínútur

Eldunartími: 10 mínútur

Skammtar: 4

Erfiðleikastig: auðvelt

Hráefni:

- 1 ½ bolli vatn
- ½ bolli ósykrað möndlumjólk
- klípa af salti
- ½ bolli fljóteldað semolina
- ½ tsk malaður kanill
- ¼ bolli hreint hlynsíróp
- ¼ bolli flögaðar möndlur

Leiðbeiningar:

Setjið vatnið, möndlumjólkina og sjávarsaltið í meðalstóran pott yfir miðlungsháan hita og bíðið eftir að það sjóði upp.

Blandið stöðugt saman með tréskeið, bætið korninu hægt út í. Haltu áfram að hræra til að koma í veg fyrir að kekkir myndist og láttu suðuna koma upp. Dragðu úr hita niður í miðlungs lágt. Látið malla í nokkrar mínútur, hrærið reglulega í, þar til vatnið er alveg frásogast. Hrærið kanil, síróp og möndlum saman við. Eldið í aðra 1 mínútu, hrærið.

Næring (á 100 g):126 hitaeiningar 10 g fita 7 g kolvetni 28 g prótein 851 mg natríum

Bananahafrar

Undirbúningstími: 10 mínútur

Eldunartími: 10 mínútur

Skammtar: 2

Erfiðleikastig: auðvelt

Hráefni:

- 1 banani, afhýddur og skorinn í sneiðar
- ¾ c. möndlumjólk
- ½ c. kalt heitt kaffi
- 2 döðlur með rifnum
- 2 msk. kakóduft
- 1 c. haframjöl
- 1 og hálf matskeið. Chia fræ

Leiðbeiningar:

Notaðu blandara, bætið öllu hráefninu saman við. Vinnið vel í 5 mínútur og berið fram.

Næring (á 100 g):288 hitaeiningar 4,4 g fita 10 g kolvetni 5,9 g prótein 733 mg natríum

Morgunverðarsamloka

Undirbúningstími: 5 mínútur

Eldunartími: 20 mínútur

Skammtar: 4

Erfiðleikastig: auðvelt

Hráefni:

- 4 fjölkorna samlokur
- 4 teskeiðar. ólífuolía
- 4 egg
- 1 matskeið. rósmarín, ferskt
- 2 c. fersk barnaspínatblöð
- 1 tómatur, skorinn í sneiðar
- 1 matskeið. af fetaosti
- Klípa af kosher salti
- Malaður svartur pipar

Leiðbeiningar:

Undirbúið ofninn í 375 F/190 C. Penslið hliðar þunnra bita með 2 teskeiðum. af ólífuolíu og settu þær á bökunarplötu. Setjið í ofninn og ristið í 5 mínútur eða þar til brúnirnar eru ljósbrúnar.

Bætið restinni af ólífuolíu og rósmaríni á pönnu til að hita við háan hita. Brjótið og setjið heil egg í einu í pönnuna. Rauða ætti enn að vera rennandi en eggjahvíturnar eiga að vera stífnar.

Brjótið eggjarauður með spaða. Snúið egginu við og steikið á annarri hliðinni þar til það er eldað í gegn. Takið eggin af hitanum. Raðið ristuðu samlokusneiðunum á 4 aðskilda diska. Guðdómlegt spínat meðal þunnu.

Hyljið hverja þunna með tveimur tómatsneiðum, soðnu eggi og 1 msk. af fetaosti. Stráið létt yfir salti og pipar fyrir bragðið. Raðið hinum þunnu samlokuhelmingum ofan á og þær eru tilbúnar til framreiðslu.

Næring (á 100 g):241 hitaeiningar 12,2 g fita 60,2 g kolvetni 21 g prótein 855 mg natríum

Morgunkúskús

Undirbúningstími: 10 mínútur

Eldunartími: 8 mínútur

Skammtar: 4

Erfiðleikastig: miðlungs

Hráefni:

- 3 c. léttmjólk
- 1 c. gróft kúskús, hrátt
- 1 kanilstöng
- ½ söxuð apríkósa, þurrkuð
- ¼ c. rifsber, þurrkuð
- 6 teskeiðar. púðursykur
- ¼ tsk. salt
- 4 teskeiðar. bráðið smjör

Leiðbeiningar:

Taktu stóran pott og blandaðu saman mjólkinni og kanilstönginni og hitaðu við meðalhita. Hitið í 3 mínútur eða þar til örbólur myndast í kringum brúnirnar á pönnunni. Ekki sjóða. Takið af hellunni, hrærið kúskúsinu, apríkósum, rifsberjum, salti og 4 tsk saman við. Púðursykur. Lokið blöndunni og látið standa í 15 mínútur. Fjarlægðu og fargaðu kanilstönginni. Skiptið kúskúsinu í 4 skálar og hyljið hverja skál með 1 tsk. bráðið smjör og ½ tsk. Púðursykur. Tilbúið til framreiðslu.

Næring (á 100 g):306 hitaeiningar 6 g fita 5 g kolvetni 9 g prótein 944 mg natríum

Avókadó og epla smoothie

Undirbúningstími: 5 mínútur

Eldunartími: 0 mínútur

Skammtar: 2

Erfiðleikastig: auðvelt

Hráefni:

- 3 c. spínat
- 1 kjarnhreinsað grænt epli, saxað
- 1 avókadó rifið, afhýtt og saxað
- 3 msk. Chia fræ
- 1 teskeið. hunang
- 1 frosinn banani, afhýddur
- 2 c. kókosmjólk

Leiðbeiningar:

Notaðu blandarann þinn til að bæta við öllu hráefninu. Vinnið vel í 5 mínútur til að fá mjúka samkvæmni og berið fram í glösum.

Næring (á 100 g):208 hitaeiningar 10,1 g fita 6 g kolvetni 7 g prótein 924 mg natríum

Lítil eggjakaka

Undirbúningstími: 10 mínútur

Eldunartími: 20 mínútur

Skammtar: 8

Erfiðleikastig: auðvelt

Hráefni:

- 1 gulur laukur saxaður
- 1 c. Rifinn parmesanostur
- 1 gul paprika saxuð
- 1 rauð paprika saxuð
- 1 saxaður kúrbít
- Salt og svartur pipar
- Dregið af ólífuolíu
- 8 þeytt egg
- 2 msk. saxaður graslaukur

Leiðbeiningar:

Setjið pönnu yfir meðalháan hita. Bætið olíu við hitann. Hrærið öllu hráefninu nema graslauk og eggjum saman við. Brúnið í um 5 mínútur.

Setjið egg á muffinspönnu og skreytið með graslauk. Stilltu ofninn á 350 F/176 C. Settu muffinsformið í ofninn til að bakast í um það bil 10 mínútur. Berið eggin fram á disk með steiktu grænmetinu.

Næring (á 100 g):55 hitaeiningar 3 g fita 0,7 g kolvetni 9 g prótein 844 mg natríum

Sólþurrkaðir tómatar haframjöl

Undirbúningstími: 10 mínútur

Eldunartími: 25 mínútur

Skammtar: 4

Erfiðleikastig: auðvelt

Hráefni:

- 3 c. foss
- 1 c. möndlumjólk
- 1 matskeið. ólífuolía
- 1 c. stálskorinn hafrar
- ¼ c. saxaðir tómatar, sólþurrkaðir
- Smá chiliflögur

Leiðbeiningar:

Notaðu pönnu, bætið vatninu og mjólkinni saman við. Setjið yfir meðalhita og látið sjóða. Undirbúðu aðra pönnu yfir meðalháum hita. Hitið olíuna og bætið höfrunum saman við til að elda í 2 mínútur. Flyttu yfir á fyrstu pönnuna ásamt tómötunum og blandaðu síðan saman. Látið malla í um 20 mínútur. Setjið í skálar og skreytið með chiliflögum. Njóttu.

Næring (á 100 g):170 hitaeiningar 17,8 g fita 1,5 g kolvetni 10 g prótein 645 mg natríum

Egg á avókadó

Undirbúningstími: 5 mínútur

Eldunartími: 15 mínútur

Skammtar: 6

Erfiðleikastig: auðvelt

Hráefni:

- 1 teskeið. hvítlauksduft
- ½ tsk. sjávarsalt
- ¼ c. rifinn parmesanostur
- ¼ tsk. svartur pipar
- 3 steinhreinsuð avókadó, skorin í tvennt
- 6 egg

Leiðbeiningar:

Undirbúið muffinsform og undirbúið ofninn fyrir 350 F/176 C. Klofið avókadó. Til að vera viss um að eggið passi inn í holið á avókadóinu, skafaðu létt af 1/3 af holdinu.

Settu avókadóið í muffinsform til að ganga úr skugga um að það snúi upp. Kryddið hvert avókadó jafnt með pipar, salti og hvítlauksdufti. Bætið eggi í hvert avókadóhol og toppið toppana með osti. Setjið í ofninn til að elda þar til eggjahvítan hefur stífnað, um 15 mínútur. Berið fram og njótið.

Næring (á 100 g):252 hitaeiningar 20 g fita 2 g kolvetni 5 g prótein 946 mg natríum

Brekky Egg- Kartöflukassi

Undirbúningstími: 10 mínútur

Eldunartími: 25 mínútur

Skammtar: 2

Erfiðleikastig: auðvelt

Hráefni:

- 1 kúrbít, skorinn í teninga
- ½ c. Kjúklingasoð
- ½ pund eða 220 g eldaður kjúklingur
- 1 matskeið. ólífuolía
- 4 únsur. eða 113 g af rækjum
- Salt og svartur pipar
- 1 sæt kartöflu í teningum
- 2 egg
- ¼ tsk. cayenne pipar
- 2 teskeiðar. hvítlauksduft
- 1 c. ferskt spínat

Leiðbeiningar:

Bætið ólífuolíunni á pönnu. Steikið rækjur, soðinn kjúkling og sætu kartöflurnar í 2 mínútur. Bætið cayenne pipar, hvítlauksdufti út í og hrærið í 4 mínútur. Bætið kúrbítunum út í og blandið í 3 mínútur í viðbót.

Þeytið eggin í skál og bætið þeim á pönnuna. Kryddið með salti og pipar. Lokið með loki. Eldið í 1 mínútu lengur og hrærið kjúklingasoðinu saman við.

Lokið og eldið í aðrar 8 mínútur við háan hita. Bætið spínatinu út í, hrærið í 2 mínútur í viðbót og berið fram.

Næring (á 100 g):198 hitaeiningar 0,7 g fita 7 g kolvetni 10 g prótein 725 mg natríum

Tómatsúpa og basil

Undirbúningstími: 10 mínútur

Eldunartími: 25 mínútur

Skammtar: 2

Erfiðleikastig: miðlungs

Hráefni:

- 2 msk. grænmetissoð
- 1 geiri af saxaður hvítlaukur
- ½ c. hvítur laukur
- 1 stöng af sellerí saxað
- 1 skorin gulrót
- 3 c. tómatar, saxaðir
- Salt og pipar
- 2 lárviðarlauf
- 1½ c. ósykrað möndlumjólk
- 1/3 c. basil lauf

Leiðbeiningar:

Eldið grænmetissoðið í stórum potti við meðalhita. Bætið hvítlauknum og lauknum út í og eldið í 4 mínútur. Bætið við gulrótunum og selleríinu. Eldið í 1 mínútu í viðbót.

Bætið tómötunum út í og látið suðuna koma upp. Sjóðið í 15 mínútur. Bætið við möndlumjólkinni, basilíkunni og lárviðarlaufinu. Kryddið það og berið fram.

Næring (á 100 g):213 hitaeiningar 3,9 g fita 9 g kolvetni 11 g prótein 817 mg natríum

Grasker hummus

Undirbúningstími: 10 mínútur

Eldunartími: 15 mínútur

Skammtar: 4

Erfiðleikastig: auðvelt

Hráefni:

- 2 pund eða 900 g frælaus butternut squash, afhýdd
- 1 matskeið. ólífuolía
- ¼ c. tahini
- 2 msk. sítrónusafi
- 2 hvítlauksrif söxuð
- Salt og pipar

Leiðbeiningar:

Hitið ofninn í 300 F/148 C. Húðið leiðsögn með ólífuolíu. Setjið á bökunarplötu til að baka í 15 mínútur í ofni. Þegar graskerið er soðið skaltu setja það í matvinnsluvél ásamt restinni af hráefninu.

Blandið þar til slétt. Berið fram með gulrótum og sellerístöngum. Til frekari notkunar á staðnum í einstökum ílátum skaltu festa merkimiða og geyma í kæli. Látið hitna í stofuhita áður en það er hitað aftur í örbylgjuofni.

Næring (á 100 g):115 hitaeiningar 5,8 g fita 6,7 g kolvetni 10 g prótein 946 mg natríum

Skinku muffins

Undirbúningstími: 10 mínútur

Eldunartími: 15 mínútur

Skammtar: 6

Erfiðleikastig: miðlungs

Hráefni:

- 9 skinkusneiðar
- 1/3 c. saxað spínat
- ¼ c. mulinn fetaostur
- ½ c. söxuð ristuð rauð paprika
- Salt og svartur pipar
- 1 og hálf matskeið. basil pestó
- 5 þeytt egg

Leiðbeiningar:

Smyrjið muffinsform. Notaðu 1 1/2 skinkusneið til að klæða hvert muffinsform. Fyrir utan svartan pipar, salt, pestó og egg, skiptið restinni af hráefninu á skinkubollana. Notaðu skál og þeytið saman pipar, salt, pestó og egg. Hellið piparblöndunni yfir. Stilltu ofninn á 400 F / 204 C og bakaðu í um það bil 15 mínútur. Berið fram strax.

Næring (á 100 g):109 hitaeiningar 6,7 g fita 1,8 g kolvetni 9 g prótein 386 mg natríum

Spelt salat

Undirbúningstími: 10 mínútur

Eldunartími: 0 mínútur

Skammtar: 2

Erfiðleikastig: auðvelt

Hráefni:

- 1 matskeið. ólífuolía
- Salt og svartur pipar
- 1 búnt barnaspínat, saxað
- 1 avókadó rifið, afhýtt og saxað
- 1 geiri af saxaður hvítlaukur
- 2 c. eldað spelt
- ½ c. kirsuberjatómatar, skornir í teninga

Leiðbeiningar:

Stilltu hitann í miðlungs. Setjið olíuna á pönnu og hitið. Bætið restinni af hráefninu út í. Eldið blönduna í um það bil 5 mínútur. Setjið á diska og njótið.

Næring (á 100 g):157 hitaeiningar 13,7 g fita 5,5 g kolvetni 6 g prótein 615 mg natríum

Bláber og döðlur

Undirbúningstími: 10 mínútur

Eldunartími: 20 mínútur

Skammtar: 10

Erfiðleikastig: auðvelt

Hráefni:

- 12 döðlur, saxaðar
- 1 teskeið. vanilludropar
- ¼ c. hunang
- ½ c. haframjöl
- ¾ c. þurrkuð trönuber
- ¼ c. brædd möndlu avókadóolía
- 1 c. saxaðar valhnetur, ristaðar
- ¼ c. graskersfræ

Leiðbeiningar:

Notaðu skál og blandaðu öllu hráefninu saman til að sameina.

Klæðið bökunarplötu með bökunarpappír. Þrýstu blöndunni á uppsetninguna. Sett í frysti í um 30 mínútur. Skerið í 10 ferninga og njótið.

Næring (á 100 g):263 hitaeiningar 13,4 g fita 14,3 g kolvetni 7 g prótein 845 mg natríum

Linsubaunir og cheddar eggjakaka

Undirbúningstími: 5 mínútur

Eldunartími: 17 mínútur

Skammtar: 4

Erfiðleikastig: auðvelt

Hráefni:

- 1 rauðlaukur saxaður
- 2 msk. ólífuolía
- 1 c. soðnar sætar kartöflur, saxaðar
- ¾ c. söxuð skinka
- 4 þeytt egg
- ¾ c. soðnar linsubaunir
- 2 msk. grísk jógúrt
- Salt og svartur pipar
- ½ c. kirsuberjatómatar skornir í tvennt,
- ¾ c. rifinn cheddar ostur

Leiðbeiningar:

Stilltu hitann í miðlungs og settu pönnu í það. Bætið olíu við hitann. Hrærið laukinn og látið brúnast í um 2 mínútur. Fyrir utan ostinn og eggin, bætið restinni við og eldið í 3 mínútur í viðbót. Bætið eggjum við, skreytið með osti. Eldið í aðrar 10 mínútur undir lok.

Skerið eggjakökuna í sneiðar, setjið í skálar og njótið.

Næring (á 100 g):274 hitaeiningar 17,3 g fita 3,5 g kolvetni 6 g prótein 843 mg natríum

Túnfisksamloka

Undirbúningstími: 5 mínútur

Eldunartími: Fimm mínútur

Skammtar: 2

Erfiðleikastig: auðvelt

Hráefni:

- 6 únsur. eða 170 g af niðursoðnum túnfiski, tæmdur og flögur
- 1 avókadó skorið, afhýtt og maukað
- 4 sneiðar af grófu brauði
- Klípa af salti og svörtum pipar
- 1 matskeið. mulinn fetaostur
- 1 c. lítið spínat

Leiðbeiningar:

Notaðu skál og hrærðu pipar, salti, túnfiski og osti til að blanda saman. Á brauðsneiðarnar skaltu setja krem af avókadómauki.

Skiptið túnfisk- og spínatblöndunni á sama hátt á 2 af sneiðunum. Toppið með hinum 2 sneiðum sem eftir eru. Berið fram.

Næring (á 100 g):283 hitaeiningar 11,2 g fita 3,4 g kolvetni 8 g prótein 754 mg natríum

Spelt salat

Undirbúningstími: 15 mínútur

Eldunartími: 30 mínútur

Skammtar: 4

Erfiðleikastig: miðlungs

Hráefni:

- salat
- 2 ½ bollar grænmetissoð
- ¾ bolli mulinn fetaostur
- 1 dós kjúklingabaunir, tæmd
- 1 agúrka, saxuð
- 1 ½ bolli perluspelt
- 1 matskeið ólífuolía
- ½ laukur skorinn í sneiðar
- 2 bollar barnaspínat, saxað
- 1 lítri af kirsuberjatómötum
- 1 ¼ bollar vatn
- Krydd:
- 2 matskeiðar sítrónusafi
- 1 matskeið hunang
- ¼ bolli ólífuolía
- ¼ tsk oregano
- 1 klípa af chiliflögum
- ¼ teskeið salt

- 1 matskeið rauðvínsedik

Leiðbeiningar:

Hitið olíuna á pönnu. Bætið speltinu út í og eldið í eina mínútu. Vertu viss um að hræra reglulega í því á meðan þú eldar. Bætið vatni og soði út í og hitið að suðu. Lækkið hitann og eldið þar til speltið er meyrt, um 30 mínútur. Tæmið vatnið og færið speltið í skál.

Bætið spínatinu út í og blandið saman. Látið kólna í um 20 mínútur. Bætið við agúrkunni, lauknum, tómötunum, paprikunni, kjúklingabaunum og fetaostinum. Blandið vel saman til að fá góða blöndu. Taktu skref til baka og undirbúið dressinguna.

Blandið öllu hráefninu í dressinguna og blandið vel saman þar til hún er slétt. Hellið því í skálina og blandið vel saman. Kryddið vel eftir smekk.

Næring (á 100 g):365 hitaeiningar 10 g fita 43 g kolvetni 13 g prótein 845 mg natríum

Kjúklingabauna og kúrbít salat

Undirbúningstími: 10 mínútur

Eldunartími: 0 mínútur

Skammtar: 3

Erfiðleikastig: auðvelt

Hráefni:

- ¼ bolli balsamik edik
- 1/3 bolli söxuð basilíkublöð
- 1 msk kapers, tæmd og saxuð
- ½ bolli mulinn fetaostur
- 1 dós kjúklingabaunir, tæmd
- 1 geiri af saxaður hvítlaukur
- ½ bolli Kalamata ólífur, saxaðar
- 1/3 bolli ólífuolía
- ½ bolli sætur laukur, saxaður
- ½ tsk oregano
- 1 klípa rauð paprika flögur, muldar
- ¾ bolli rauð paprika, saxuð
- 1 matskeið saxað rósmarín
- 2 bollar kúrbít, skorið í teninga
- Salt og pipar eftir smekk

Leiðbeiningar:

Blandið grænmetinu saman í skál og hyljið vel.

Berið fram við stofuhita. En til að ná sem bestum árangri skaltu kæla skálina í nokkrar klukkustundir áður en hún er borin fram, til að leyfa bragðinu að blandast saman.

Næring (á 100 g):258 hitaeiningar 12 g fita 19 g kolvetni 5,6 g prótein 686 mg natríum

Provençal ætiþistlasalat

Undirbúningstími: 15 mínútur

Eldunartími: Fimm mínútur

Skammtar: 3

Erfiðleikastig: auðvelt

Hráefni:

- 250 g af þistilhjörtum
- 1 tsk söxuð basilíka
- 2 hvítlauksgeirar, saxaðir
- 1 sítrónubörkur
- 1 msk ólífur, saxaðar
- 1 matskeið ólífuolía
- ½ laukur saxaður
- 1 klípa, ½ teskeið af salti
- 2 tómatar, saxaðir
- 3 matskeiðar af vatni
- ½ glas af hvítvíni
- Salt og pipar eftir smekk

Leiðbeiningar:

Hitið olíuna á pönnu. Steikið laukinn og hvítlaukinn. Eldið þar til laukurinn er orðinn hálfgagnsær og kryddið með smá salti. Hellið hvítvíninu út í og látið malla þar til vínið hefur minnkað um helming.

Bætið tómatkvoða, þistilhjörtum og vatni saman við. Látið malla, bætið svo sítrónubörknum við og um ½ tsk salti. Lokið og eldið í um 6 mínútur.

Bætið ólífum og basilíku út í. Kryddið vel og njótið!

Næring (á 100 g):147 hitaeiningar 13 g fita 18 g kolvetni 4 g prótein 689 mg natríum

Búlgarskt salat

Undirbúningstími: 10 mínútur

Eldunartími: 20 mínútur

Skammtar: 2

Erfiðleikastig: miðlungs

Hráefni:

- 2 bollar bulgur
- 1 matskeið smjör
- 1 agúrka, skorin í bita
- ¼ bolli dill
- ¼ bolli svartar ólífur, helmingaðar
- 1 matskeið, 2 teskeiðar ólífuolía
- 4 bollar af vatni
- 2 tsk rauðvínsedik
- salt, bara nóg

Leiðbeiningar:

Ristið bulgur í potti á blöndu af smjöri og ólífuolíu. Látið malla þar til bulgur er gullinbrúnt og farið að brotna niður.

Bætið við vatni og kryddið með salti. Pakkið öllu inn og látið malla í um 20 mínútur eða þar til bulgur er meyr.

Blandið agúrkubitunum saman við ólífuolíu, dilli, rauðvínsediki og svörtu ólífunum í skál. Blandið öllu vel saman.

Blandið saman agúrku og bulgur.

Næring (á 100 g):386 hitaeiningar 14 g fita 55 g kolvetni 9 g prótein 545 mg natríum

Skál af falafel salati

Undirbúningstími: 15 mínútur

Eldunartími: Fimm mínútur

Skammtar: 2

Erfiðleikastig: auðvelt

Hráefni:

- 1 msk heit hvítlaukssósa
- 1 msk hvítlauksdillsósa
- 1 pakki af grænmetisfalafeli
- 1 kassi af humus
- 2 matskeiðar sítrónusafi
- 1 msk steinhreinsaðar kalamata ólífur
- 1 matskeið extra virgin ólífuolía
- ¼ bolli laukur, skorinn í bita
- 2 bollar saxuð steinselja
- 2 bollar stökk píta
- 1 klípa af salti
- 1 msk tahinisósa
- ½ bolli niðurskorinn tómatur

Leiðbeiningar:

Eldið tilbúið falafel. Leggðu það til hliðar. Útbúið salatið. Hrærið steinselju, lauk, tómötum, sítrónusafa, ólífuolíu og salti saman við. Henda öllu og setja allt til hliðar. Færið allt yfir í framreiðsluskálar. Bætið steinseljunni út í og setjið humus og falafel yfir. Stráið skálinni yfir tahinisósu, chili-hvítlaukssósu og dillsósu. Þegar borið er fram er sítrónusafanum bætt út í og salatið blandað vel saman. Berið fram með pítubrauði til hliðar.

Næring (á 100 g):561 hitaeiningar 11 g fita 60,1 g kolvetni 18,5 g prótein 944 mg natríum

Auðvelt grískt salat

Undirbúningstími: 15 mínútur

Eldunartími: 0 mínútur

Skammtar: 2

Erfiðleikastig: auðvelt

Hráefni:

- 120 g grískt fetaost, skorið í teninga
- 5 gúrkur, skornar langsum
- 1 tsk hunang
- 1 sítróna, tyggð og rifin
- 1 bolli kalamata ólífur, grófhreinsaðar og helmingaðar
- ¼ bolli extra virgin ólífuolía
- 1 laukur, sneiddur
- 1 tsk oregano
- 1 klípa af fersku oregano (til skrauts)
- 12 tómatar, skornir í fernt
- ¼ bolli rauðvínsedik
- Salt og pipar eftir smekk

Leiðbeiningar:

Leggið laukinn í skál í söltu vatni í 15 mínútur. Blandið saman hunangi, sítrónusafa, sítrónuberki, oregano, salti og pipar í stóra skál. Blandið öllu saman. Bætið ólífuolíunni smám saman út í, þeytið eins og þið gerið, þar til olían fleytir út. Bætið ólífum og tómötum út í. Settu það rétt. Bætið gúrkunum út í

Látið laukinn renna í bleyti í söltu vatni og bætið þeim út í salatblönduna. Toppið salatið með fersku oregano og fetaost. Stráið ólífuolíu yfir og kryddið með pipar, eftir smekk.

Næring (á 100 g):292 hitaeiningar 17 g fita 12 g kolvetni 6 g prótein 743 mg natríum

Rucola salat með fíkjum og valhnetum

Undirbúningstími: 15 mínútur

Eldunartími: 10 mínútur

Skammtar: 2

Erfiðleikastig: auðvelt

Hráefni:

- 150 g af rakettu
- 1 gulrót, skafin
- 1/8 tsk cayenne pipar
- 3 aura geitaostur, mulinn
- 1 dós ósaltaðar kjúklingabaunir, tæmd
- ½ bolli þurrkaðar fíkjur, skornar í báta
- 1 tsk hunang
- 3 matskeiðar af ólífuolíu
- 2 tsk balsamik edik
- ½ valhnetur skornar í tvennt
- salt, bara nóg

Leiðbeiningar:

Hitið ofninn í 175 gráður. Blandið saman valhnetunum, 1 msk ólífuolíu, cayenne pipar og 1/8 tsk salt í eldfast mót. Færið pönnuna yfir í ofninn og eldið þar til hneturnar eru gullinbrúnar. Settu það til hliðar þegar þú ert búinn.

Settu hunangið, balsamikedikið, 2 matskeiðar af olíu og ¾ teskeið af salti í skál.

Í stórri skál, blandið saman rucola, gulrótum og fíkjum. Bætið valhnetunum og geitaostinum út í og dreypið balsamic hunangsvínaigrettunni yfir. Gakktu úr skugga um að þú náir öllu.

Næring (á 100 g):403 hitaeiningar 9 g fita 35 g kolvetni 13 g prótein 844 mg natríum

Blómkálssalat með tahini vinaigrette

Undirbúningstími: 15 mínútur

Eldunartími: Fimm mínútur

Skammtar: 2

Erfiðleikastig: miðlungs

Hráefni:

- 1 ½ pund blómkál
- ¼ bolli þurrkuð kirsuber
- 3 matskeiðar af sítrónusafa
- 1 msk fersk mynta, söxuð
- 1 tsk ólífuolía
- ½ bolli saxuð steinselja
- 3 matskeiðar saltaðar ristaðar pistasíuhnetur, saxaðar
- ½ tsk salt
- ¼ bolli skalottlaukur, saxaður
- 2 matskeiðar tahini

Leiðbeiningar:

Rífið blómkálið í örbylgjuþolið ílát. Bætið við ólífuolíu og ¼ salti. Passið að hylja og krydda blómkálið jafnt. Vefjið skálina inn í matarfilmu og hitið í örbylgjuofni í um 3 mínútur.

Setjið hrísgrjónin með blómkálinu á bökunarplötu og látið kólna í um 10 mínútur. Bætið við sítrónusafanum og skalottlaukanum. Látið hvíla svo blómkálið taki í sig bragðið.

Bætið tahini blöndunni, kirsuberjum, steinselju, myntu og salti saman við. Blandið öllu vel saman. Stráið ristuðum pistasíuhnetum yfir áður en þær eru bornar fram.

Næring (á 100 g):165 hitaeiningar 10 g fita 20 g kolvetni 6 g prótein 651 mg natríum

Miðjarðarhafskartöflusalat

Undirbúningstími: 15 mínútur

Eldunartími: 10 mínútur

Skammtar: 2

Erfiðleikastig: auðvelt

Hráefni:

- 1 búnt basilíkulauf, saxað
- 1 hvítlauksgeiri, pressaður
- 1 matskeið ólífuolía
- 1 laukur, sneiddur
- 1 tsk oregano
- 100 g ristuð rauð paprika. Sneiðar
- 300 g kartöflur, skornar í tvennt
- 1 dós af kirsuberjatómötum
- Salt og pipar eftir smekk

Leiðbeiningar:

Steikið laukinn í potti. Bætið oregano og hvítlauk út í. Eldið allt í eina mínútu. Bætið við paprikunni og tómötunum. Kryddið vel og látið malla í um það bil 10 mínútur. Leggðu það til hliðar.

Sjóðið kartöflurnar í potti í miklu söltu vatni. Eldið þar til það er mjúkt, um 15 mínútur. Tæmið vel. Blandið kartöflunum saman við sósuna og bætið basil og ólífum saman við. Að lokum skaltu henda öllu áður en það er borið fram.

Næring (á 100 g):111 hitaeiningar 9 g fita 16 g kolvetni 3 g prótein 745 mg natríum

Kínóa og pistasíu salat

Undirbúningstími: 10 mínútur

Eldunartími: 15 mínútur

Skammtar: 2

Erfiðleikastig: auðvelt

Hráefni:

- ¼ tsk kúmen
- ½ bolli þurrkaðar rifsber
- 1 tsk rifinn sítrónubörkur
- 2 matskeiðar sítrónusafi
- ½ bolli grænn laukur, saxaður
- 1 matskeið söxuð mynta
- 2 matskeiðar extra virgin ólífuolía
- ¼ bolli saxuð steinselja
- ¼ tsk malaður pipar
- 1/3 bolli pistasíuhnetur, saxaðar
- 1 ¼ bollar hrátt kínóa
- 1 2/3 bolli vatn

Leiðbeiningar:

Blandið saman 1 2/3 bollum af vatni, rúsínunum og kínóa í pott. Eldið allt þar til það sýður og lækkið síðan hitann. Sjóðið allt í um 10 mínútur og látið kínóaið verða froðukennt. Settu það til hliðar í um það bil 5 mínútur. Flyttu kínóablöndunni í ílát. Bætið við valhnetum, myntu, lauk og steinselju. Blandið öllu saman. Í sérstakri skál, hrærið sítrónuberki, sítrónusafa, rifsberjum, kúmeni og olíu saman við. Sláðu þau saman. Blandið þurru og blautu hráefnunum saman.

Næring (á 100 g):248 hitaeiningar 8 g fita 35 g kolvetni 7 g prótein 914 mg natríum

Gúrku kjúklingasalat með krydduðum hnetusósu

Undirbúningstími: 15 mínútur

Eldunartími: 0 mínútur

Skammtar: 2

Erfiðleikastig: miðlungs

Hráefni:

- 1/2 bolli hnetusmjör
- 1 matskeið sambal oelek (chilipasta)
- 1 matskeið sojasósa með lágum natríum
- 1 tsk grilluð sesamolía
- 4 matskeiðar vatn, eða meira ef þarf
- 1 gúrka afhýdd og skorin í þunnar strimla
- 1 soðið kjúklingaflök, rifið í þunnar strimla
- 2 matskeiðar saxaðar jarðhnetur

Leiðbeiningar:

Blandið hnetusmjöri, sojasósu, sesamolíu, sambal oelek og vatni saman í skál. Setjið gúrkusneiðarnar á disk. Toppið með rifnum kjúklingi og stráið sósu yfir. Stráið söxuðum hnetum yfir.

Næring (á 100 g):720 hitaeiningar 54 g fita 8,9 g kolvetni 45,9 g prótein 733 mg natríum

Grænmetis Paella

Undirbúningstími: 25 mínútur

Eldunartími: 45 mínútur

Skammtar: 6

Erfiðleikastig: miðlungs

Hráefni:

- ¼ bolli ólífuolía
- 1 stór sætur laukur
- 1 stór rauð paprika
- 1 stór græn paprika
- 3 hvítlauksgeirar, smátt saxaðir
- 1 tsk reykt paprika
- 5 þræðir af saffran
- 1 kúrbít, skorinn í ½ tommu teninga
- 4 stórir þroskaðir tómatar, skrældir, fræhreinsaðir og saxaðir
- 1 1/2 bollar stuttkorna spænsk hrísgrjón
- 3 bollar grænmetissoð, heitt

Leiðbeiningar:

Forhitið ofninn í 350 ° F. Eldið ólífuolíu yfir miðlungshita. Hrærið lauknum, rauðum og grænum paprikum saman við og eldið í 10 mínútur.

Hrærið hvítlauk, papriku, saffranþræði, kúrbít og tómötum saman við. Lækkið hitann í miðlungs lágan og eldið í 10 mínútur.

Bætið hrísgrjónunum og grænmetissoðinu út í. Hækkið hitann til að sjóða paella. Stillið hitann á miðlungs lágan og eldið í 15 mínútur. Vefjið pönnuna inn með álpappír og setjið inn í ofn.

Eldið í 10 mínútur eða þar til soðið er frásogast.

Næring (á 100 g):288 hitaeiningar 10 g fita 46 g kolvetni 3 g prótein 671 mg natríum

Eggaldin og hrísgrjónapott

Undirbúningstími: 30 mínútur

Eldunartími: 35 mínútur

Skammtar: 4

Erfiðleikastig: erfitt

Hráefni:

- Fyrir sósuna
- ½ bolli ólífuolía
- 1 lítill laukur, saxaður
- 4 hvítlauksrif, pressuð
- 6 þroskaðir tómatar, skrældir og saxaðir
- 2 matskeiðar af tómatmauki
- 1 tsk þurrkað oregano
- ¼ tsk malaður múskat
- ¼ tsk malað kúmen
- Fyrir pottinn
- 4 6 tommu japönsk eggaldin, skorin í tvennt eftir endilöngu
- 2 matskeiðar af ólífuolíu
- 1 bolli soðin hrísgrjón
- 2 msk furuhnetur, ristaðar
- 1 bolli af vatni

Leiðbeiningar:

Til að búa til sósuna

Eldið ólífuolíuna í þykkbotna potti við meðalhita. Bætið lauknum út í og eldið í 5 mínútur. Hrærið hvítlauk, tómötum, tómatmauki, oregano, múskati og kúmeni saman við. Látið suðuna koma upp, lækkið þá hitann í lágan og látið malla í 10 mínútur. Fjarlægðu og settu til hliðar.

Til að búa til pottinn

Forhitið grillið. Á meðan sósan mallar er eggaldinunum blandað saman við ólífuolíu og raðað á bökunarplötu. Eldið í um það bil 5 mínútur þar til þær eru gullinbrúnar. Fjarlægðu og láttu kólna. Snúðu ofninum í 375 ° F. Settu kælt eggaldin, með skurðhliðinni upp, í 9x13 tommu eldfast mót. Taktu varlega upp kjöt til að gera pláss fyrir fyllinguna.

Blandið helmingnum af tómatsósunni, soðnum hrísgrjónum og furuhnetum saman í skál. Fylltu hvern eggaldin helming með hrísgrjónablöndunni. Í sömu skál, blandið saman afganginum af tómatsósunni og vatni. Hellið eggaldinunum yfir. Eldið, þakið, í 20 mínútur þar til eggaldin eru mjúk.

Næring (á 100 g):453 hitaeiningar 39 g fita 29 g kolvetni 7 g prótein 820 mg natríum

kúskús með grænmeti

Undirbúningstími: 15 mínútur

Eldunartími: 45 mínútur

Skammtar: 8

Erfiðleikastig: erfitt

Hráefni:

- ¼ bolli ólífuolía
- 1 laukur, saxaður
- 4 hvítlauksgeirar, saxaðir
- 2 jalapeño paprikur, stungnar með gaffli á nokkrum stöðum
- ½ tsk malað kúmen
- ½ tsk malað kóríander
- 1 (28 aura) dós muldir tómatar
- 2 matskeiðar af tómatmauki
- 1/8 tsk salt
- 2 lárviðarlauf
- 11 bollar vatn, skipt
- 4 gulrætur
- 2 kúrbít, skorin í 2 tommu bita
- 1 acorn leiðsögn, helmingaður, fræhreinsaður og skorinn í 1 tommu þykkar sneiðar
- 1 (15 aura) dós kjúklingabaunir, tæmd og skoluð
- ¼ bolli saxaðar niðursoðnar sítrónur (valfrjálst)

- 3 bollar kúskús

Leiðbeiningar:

Eldið ólífuolíuna í þykkbotna potti. Bætið lauknum út í og eldið í 4 mínútur. Hrærið hvítlauk, jalapeños, kúmeni og kóríander saman við. Eldið í 1 mínútu. Bætið við tómötum, tómatmauki, salti, lárviðarlaufum og 8 bollum af vatni. Látið suðuna koma upp í blöndunni.

Bætið gulrótunum, kúrbítnum og acorn squash út í og látið suðuna koma upp aftur. Lækkið hitann aðeins, setjið lok á og eldið í um 20 mínútur þar til grænmetið er meyrt en ekki mjúkt. Taktu 2 bolla af eldunarvökvanum og settu til hliðar. Kryddið eftir þörfum.

Bætið kjúklingabaunum og niðursoðnum sítrónum út í (ef þær eru notaðar). Eldið í nokkrar mínútur og slökkvið á hitanum.

Í meðalstórri pönnu, láttu 3 bolla vatnið sem eftir eru sjóða við háan hita. Bætið kúskúsinu út í, setjið lok á og slökkvið á hitanum. Látið kúskúsið hvíla í 10 mínútur. Kryddið með 1 bolla fráteknum eldunarvökva. Notaðu gaffal til að fleyta kúskúsinu.

Settu það á stórt framreiðsludisk. Bleytið það með eldunarvökvanum sem eftir er. Takið grænmetið af pönnunni og raðið því ofan á. Berið fram soðið sem eftir er í sérstakri skál.

Næring (á 100 g):415 hitaeiningar 7 g fita 75 g kolvetni 9 g prótein 718 mg natríum

Kushari

Undirbúningstími: 25 mínútur

Eldunartími: 1 klukkustund og 20 mínútur

Skammtar: 8

Erfiðleikastig: erfitt

Hráefni:

- Fyrir sósuna
- 2 matskeiðar af ólífuolíu
- 2 hvítlauksgeirar, saxaðir
- 1 (16 oz) dós tómatsósa
- ¼ bolli hvítt edik
- ¼ bolli Harissa, eða keypt í búð
- 1/8 tsk salt
- Fyrir hrísgrjónin
- 1 bolli ólífuolía
- 2 laukar, skornir í þunnar sneiðar
- 2 bollar þurrkaðar brúnar linsubaunir
- 4 lítrar auk ½ bolli af vatni, skipt
- 2 bollar stuttkorna hrísgrjón
- 1 teskeið af salti
- 1 pund stutt olnbogapasta
- 1 (15 aura) dós kjúklingabaunir, tæmd og skoluð

Leiðbeiningar:

Til að búa til sósuna

Eldið ólífuolíuna í potti. Steikið hvítlaukinn. Hrærið tómatsósunni, ediki, harissa og salti saman við. Látið suðuna koma upp. Lækkið hitann og eldið í 20 mínútur eða þar til sósan hefur þykknað. Fjarlægðu og settu til hliðar.

Til að búa til hrísgrjón

Undirbúið réttinn með gleypnu pappír og setjið til hliðar. Hitið ólífuolíuna í stórri pönnu yfir meðalhita. Steikið laukinn, hrærið oft, þar til hann er stökkur og gullinn. Flyttu laukinn yfir í tilbúna fatið og settu til hliðar. Geymið 2 matskeiðar matarolíu. Geymið pönnuna.

Yfir háum hita, blandið linsunum og 4 bollum af vatni saman í pott. Látið sjóða og eldið í 20 mínútur. Sigtið og kryddið með 2 matskeiðum af matarolíu. Að leggja til hliðar. Pantaðu réttinn.

Settu pönnuna sem þú notaðir til að steikja laukinn yfir meðalháan hita og bættu við hrísgrjónunum, 4 1/2 bolla af vatni og salti. Látið suðuna koma upp. Stillið hitann á lágan og eldið í 20 mínútur. Slökktu á og settu til hliðar í 10 mínútur. Hittu 8 bollana af vatni sem eftir eru, saltað, að suðu við háan hita í sama potti og notaður var til að elda linsurnar. Bætið pasta við og eldið í 6 mínútur eða samkvæmt leiðbeiningum á pakka. Tæmið og setjið til hliðar.

Að setja saman

Hellið hrísgrjónunum á framreiðsludisk. Toppið það með linsum, kjúklingabaunum og pasta. Hellið heitri tómatsósunni yfir og stráið stökksteiktum lauknum yfir.

Næring (á 100 g):668 hitaeiningar 13 g fita 113 g kolvetni 18 g prótein 481 mg natríum

Bulgur með tómötum og kjúklingabaunum

Undirbúningstími: 10 mínútur

Eldunartími: 35 mínútur

Skammtar: 6

Erfiðleikastig: miðlungs

Hráefni:

- ½ bolli ólífuolía
- 1 laukur, saxaður
- 6 tómatar, í teningum, eða 1 (16-únsa) dós tómatar í teningum
- 2 matskeiðar af tómatmauki
- 2 bollar af vatni
- 1 matskeið Harissa, eða keypt í búð
- 1/8 tsk salt
- 2 bollar gróft bulgur
- 1 (15 aura) dós kjúklingabaunir, tæmd og skoluð

Leiðbeiningar:

Hitið ólífuolíuna í þykkbotna potti við meðalhita. Steikið laukinn og bætið svo tómötunum saman við og steikið í 5 mínútur.

Hrærið tómatmaukinu, vatni, harissa og salti saman við. Látið suðuna koma upp.

Hrærið bulgur og kjúklingabaunum saman við. Hitið blönduna aftur að suðu. Lækkið hitann og eldið í 15 mínútur. Látið hvíla í 15 mínútur áður en það er borið fram.

Næring (á 100 g):413 hitaeiningar 19 g fita 55 g kolvetni 14 g prótein 728 mg natríum

Makríl Makkarónur

Undirbúningstími: 10 mínútur

Eldunartími: 15 mínútur

Skammtar: 4

Erfiðleikastig: auðvelt

Hráefni:

- 12 aura makkarónur
- 1 hvítlauksgeiri
- 14 aura tómatsósa
- 1 grein af saxaðri steinselju
- 2 ferskir chili
- 1 teskeið af salti
- 200 g af makríl í olíu
- 3 matskeiðar af extra virgin ólífuolíu

Leiðbeiningar:

Byrjaðu á því að setja vatn að sjóða í pott. Á meðan vatnið hitnar, taktu pönnu, helltu ögn af olíu og smá hvítlauk út í og eldaðu við vægan hita. Þegar hvítlaukurinn er soðinn skaltu taka hann af pönnunni.

Skerið chilli piparinn niður, fjarlægðu innri fræin og skerið í þunnar strimla.

Bætið eldunarvatninu og chilli á sömu pönnu og áður. Taktu síðan makrílinn og settu hann á pönnuna með hinu hráefninu eftir að olíunni hefur verið tæmt og aðskilið með gaffli. Brúnið það létt og bætið við smá matreiðsluvatni.

Þegar allt hráefnið er vel blandað saman er tómatmaukinu bætt út á pönnuna. Blandið vel saman þannig að allt hráefnið sé einsleitt og eldið við vægan hita í um það bil 3 mínútur.

Við skulum halda áfram að pastanu:

Þegar vatnið byrjar að sjóða skaltu bæta við salti og pasta. Tæmið makkarónurnar þegar þær eru aðeins al dente og bætið þeim út í sósuna sem þú hefur útbúið.

Steikið í smá stund í sósunni og eftir að hafa smakkað hana, bætið við salti og pipar eftir smekk.

Næring (á 100 g):510 hitaeiningar 15,4 g fita 70 g kolvetni 22,9 g prótein 730 mg natríum

Makkarónur með kirsuberjatómötum og ansjósu

Undirbúningstími: 10 mínútur

Eldunartími: 15 mínútur

Skammtar: 4

Erfiðleikastig: auðvelt

Hráefni:

- 14 aura makkarónupasta
- 6 saltaðar ansjósur
- 4 aura kirsuberjatómatar
- 1 hvítlauksgeiri
- 3 matskeiðar af extra virgin ólífuolíu
- Ferskur chili eftir smekk
- 3 basilíkublöð
- Salt eftir smekk

Leiðbeiningar:

Byrjið á því að hita vatn í potti og bætið salti við þegar sýður. Í millitíðinni undirbúið sósuna: takið tómatana eftir að hafa þvegið þá og skerið þá í 4 bita.

Taktu nú pönnu sem festist ekki, dreyfðu olíu yfir og settu hvítlauksrif út í. Þegar það hefur verið eldað skaltu fjarlægja það af pönnunni. Bætið hreinsuðum ansjósum á pönnuna og bræðið þær í olíunni.

Þegar ansjósurnar hafa bráðnað vel, bætið þá söxuðu tómötunum út í og hækkið hitann í háan, þar til þær byrja að mýkjast (passið að gera þær ekki of mjúkar).

Bætið frælausum chilli skornum í bita út í og kryddið.

Settu pastað yfir á pönnu með sjóðandi vatni, tæmdu það al dente og steiktu það á pönnunni í nokkur augnablik.

Næring (á 100 g):476 hitaeiningar 11 g fita 81,4 g kolvetni 12,9 g prótein 763 mg natríum

Sítrónu og rækjur risotto

Undirbúningstími: 10 mínútur

Eldunartími: 30 mínútur

Skammtar: 4

Erfiðleikastig: auðvelt

Hráefni:

- 1 sítrónu
- 14 aura afhýddar rækjur
- 1 ¾ bollar risotto hrísgrjón
- 1 hvítur laukur
- 33 fl. 1 lítri af grænmetissoði (jafnvel minna er fínt)
- 2 og hálf matskeið af smjöri
- ½ glas af hvítvíni
- Salt eftir smekk
- Svartur pipar eftir smekk
- Graslaukur eftir smekk

Leiðbeiningar:

Byrjið á því að sjóða rækjurnar í söltu vatni í 3-4 mínútur, skolið af og setjið til hliðar.

Afhýðið og saxið laukinn smátt, steikið hann í bræddu smjöri og þegar smjörið hefur þornað, ristið hrísgrjónin á pönnu í nokkrar mínútur.

Skerið hrísgrjónin með hálfu glasi af hvítvíni og bætið svo safanum úr 1 sítrónu út í. Hrærið og kláraðu að elda hrísgrjónin með því að halda áfram að bæta við skeið af grænmetissoði eftir þörfum.

Blandið vel saman og nokkrum mínútum fyrir lok eldunar bætið við áður soðnum rækjum (geymið nokkrar til hliðar til að skreyta) og smá svörtum pipar.

Þegar hitinn er slökktur, bætið þá smjörhnúð út í og blandið saman. Risottoið er tilbúið til framreiðslu. Skreytið með afganginum af rækjunum og stráið graslauk yfir.

Næring (á 100 g):510 hitaeiningar 10 g fita 82,4 g kolvetni 20,6 g prótein 875 mg natríum

Spaghetti með samlokum

Undirbúningstími: 10 mínútur

Eldunartími: 40 mínútur

Skammtar: 4

Erfiðleikastig: auðvelt

Hráefni:

- 11,5 aura af spaghetti
- 2 pund af samlokum
- 7 aura tómatsósa, eða tómatkvoða, fyrir rauðu útgáfuna af þessum rétti
- 2 hvítlauksgeirar
- 4 matskeiðar af extra virgin ólífuolíu
- 1 glas af þurru hvítvíni
- 1 matskeið smátt söxuð steinselja
- 1 chilipipar

Leiðbeiningar:

Byrjaðu á því að þvo samlokurnar: Aldrei "hreinsaðu" samlokurnar - þær verður að opna aðeins með því að nota hita, annars tapast dýrmætur innri vökvi þeirra ásamt sandi. Þvoðu samlokurnar fljótt með því að nota sigti sem sett er í salatskál: þetta síar sandinn á skeljarnar.

Settu síðan tæmdu samlokurnar strax í pott með loki yfir háum hita. Snúið þeim af og til og þegar þeir eru næstum allir opnir, takið þá af hellunni. Öll samloka sem er lokuð eru dauð og verður að farga þeim. Fjarlægðu lindýrin af þeim opnuðu og skildu eftir heil til að skreyta réttina. Sigtið vökvann sem eftir er af neðst á pönnunni og setjið til hliðar.

Taktu stóra pönnu og helltu ögn af olíu í hana. Hitið heila papriku og eitt eða tvö mulin hvítlauksrif við mjög lágan hita þar til negullin verða gulleit. Bætið samlokunum út í og kryddið með þurru hvítvíni.

Bætið nú við áður síuðum samlokavökva og smá smátt saxaðri steinselju.

Síið og steikið spaghettíið strax al dente á pönnunni eftir að hafa soðið það í miklu söltu vatni. Blandið vel saman þar til spagettíið dregur í sig allan vökvann úr samlokunum. Ef þú hefur ekki notað chilipipar skaltu fylla út með léttum hvítum eða svörtum pipar.

Næring (á 100 g):167 hitaeiningar 8 g fita 8,63 g kolvetni 5 g prótein 720 mg natríum

Grísk fiskisúpa

Undirbúningstími: 10 mínútur

Eldunartími: 60 mínútur

Skammtar: 4

Erfiðleikastig: auðvelt

Hráefni:

- Lúður eða annar hvítur fiskur
- 4 kartöflur
- 4 vorlaukar
- 2 gulrætur
- 2 stilkar af sellerí
- 2 tómatar
- 4 matskeiðar af extra virgin ólífuolíu
- 2 egg
- 1 sítrónu
- 1 bolli hrísgrjón
- Salt eftir smekk

Leiðbeiningar:

Veldu fisk sem vegur ekki meira en 2,2 pund, fjarlægðu hreistur, tálkn og innyfli og þvoðu hann vel. Saltaðu það og settu það til hliðar.

Þvoið kartöflurnar, gulræturnar og laukinn og setjið þær heilar í pottinn með nægu vatni til að þær verði í bleyti og látið suðuna koma upp.

Bætið við selleríinu sem er enn bundið í bunka svo það dreifist ekki við eldun, skerið tómatana í fjóra hluta og bætið þeim líka út í ásamt olíunni og salti.

Þegar grænmetið er næstum soðið, bætið þá við meira vatni og fiskinum. Sjóðið í 20 mínútur og takið síðan úr soðinu ásamt grænmetinu.

Raðið fiskinum á disk, skreytið hann með grænmetinu og hellið soðinu út í. Setjið soðið aftur á hita, þynnið það út með smá vatni. Þegar það sýður, bætið við hrísgrjónunum og kryddið með salti. Þegar hrísgrjónin eru soðin skaltu taka pottinn af hitanum.

Útbúið avgolemono sósuna:

Þeytið eggin vel og bætið sítrónusafanum rólega út í. Setjið soðið í sleif og hellið því rólega út í eggin og hrærið stöðugt í.

Bætið að lokum sósunni sem fæst út í súpuna og blandið vel saman.

Næring (á 100 g):263 hitaeiningar 17,1 g fita 18,6 g kolvetni 9 g prótein 823 mg natríum

Venere hrísgrjón með rækjum

Undirbúningstími: 10 mínútur

Eldunartími: 55 mínútur

Skammtar: 3

Erfiðleikastig: auðvelt

Hráefni:

- 1 ½ bolli Venere svört hrísgrjón (betra ef steikt)
- 5 teskeiðar af extra virgin ólífuolíu
- 10,5 aura rækjur
- 10,5 aura kúrbít
- 1 sítróna (safi og börkur)
- Borðsalt eftir smekk
- Svartur pipar eftir smekk
- 1 hvítlauksgeiri
- Tabasco eftir smekk

Leiðbeiningar:

Byrjum á hrísgrjónum:

Eftir að hafa fyllt pönnu af miklu vatni og látið suðuna koma upp, hellið hrísgrjónunum út í, kryddið með salti og eldið í nauðsynlegan tíma (skoðið eldunarleiðbeiningar á pakkanum).

Í millitíðinni rifjið kúrbítana með rifjárni með stórum holum. Hitið ólífuolíuna á pönnu með afhýddum hvítlauksgeiranum, bætið rifnum kúrbítum út í, salti og pipar og steikið í 5 mínútur, takið hvítlauksrifið út og setjið grænmetið til hliðar.

Hreinsaðu nú rækjuna:

Fjarlægðu skelina, klipptu skottið af, skiptu þeim í tvennt eftir endilöngu og fjarlægðu þarma (dökka þráðinn í bakinu). Setjið hreinsaðar rækjur í skál og dreypið ólífuolíu yfir; gefðu því smá auka bragð með því að bæta við sítrónuberki, salti og pipar og bæta við nokkrum dropum af Tabasco ef vill.

Hitið rækjurnar aftur á heitri pönnu í nokkrar mínútur. Þegar það er eldað, setjið til hliðar.

Þegar Venere hrísgrjónin eru tilbúin skaltu sía þau í skál, bæta við kúrbítsblöndunni og blanda saman.

Næring (á 100 g):293 hitaeiningar 5 g fita 52 g kolvetni 10 g prótein 655 mg natríum

Pennette Salmon og Vodka

Undirbúningstími: 10 mínútur

Eldunartími: 18 mínútur

Skammtar: 4

Erfiðleikastig: auðvelt

Hráefni:

- 14oz Pennette Rigate
- 7 aura reyktur lax
- 1,2 aura skalottlaukur
- 1,35 fl. oz (40 ml) af vodka
- 150 g af kirsuberjatómötum
- 200 g af ferskum fljótandi rjóma (ég mæli með grænmetisrjóma í léttari rétt)
- Graslaukur eftir smekk
- 3 matskeiðar af extra virgin ólífuolíu
- Salt eftir smekk
- Svartur pipar eftir smekk
- Basil eftir smekk (til skrauts)

Leiðbeiningar:

Þvoið og skerið tómatana og graslaukinn. Eftir að skalottlaukur hefur verið afhýddur er hann saxaður með hníf, settur í pott og látið marinerast í extra virgin ólífuolíu í nokkur augnablik.

Í millitíðinni er laxinn skorinn í strimla og steiktur með olíunni og skalottlauknum.

Blandið öllu saman við vodkann, farið varlega því blossi gæti myndast (ef logi rís, ekki hafa áhyggjur, hann lækkar um leið og alkóhólið hefur gufað upp alveg). Bætið tómatkjötinu út í og bætið við klípu af salti og, ef vill, smá pipar. Bætið að lokum rjómanum og söxuðum graslauk út í.

Á meðan sósan heldur áfram að elda, undirbúið pastað. Þegar vatnið sýður skaltu hella Pennette út í og leyfa þeim að elda al dente.

Síuðu pastað og helltu Pennette út í sósuna og leyfðu því að malla í nokkur augnablik svo þau dragi í sig allt bragðið. Ef þú vilt, skreytið með basilíkublaði.

Næring (á 100 g):620 hitaeiningar 21,9 g fita 81,7 g kolvetni 24 g prótein 326 mg natríum

Carbonara með sjávarfangi

Undirbúningstími: 15 mínútur

Eldunartími: 50 mínútur

Skammtar: 3

Erfiðleikastig: auðvelt

Hráefni:

- 11,5 aura af spaghetti
- 3,5 aura túnfiskur
- 3,5 aura sverðfiskur
- 3,5 aura lax
- 6 eggjarauður
- 4 matskeiðar parmesan (Parmigiano Reggiano)
- 2 fl. oz (60 ml) af hvítvíni
- 1 hvítlauksgeiri
- Extra virgin ólífuolía eftir smekk
- Borðsalt eftir smekk
- Svartur pipar eftir smekk

Leiðbeiningar:

Útbúið sjóðandi vatn á pönnu og saltið smávegis.

Í millitíðinni er 6 eggjarauður hellt í skál og rifnum parmesan, pipar og salti bætt út í. Þeytið með sleif og þynnið með smá matarvatni af pönnunni.

Fjarlægðu beinin úr laxinum, hreistur úr sverðfisknum og haltu áfram að skera túnfiskinn, laxinn og sverðfiskinn í teninga.

Þegar það sýður er pastað kryddað og það soðið örlítið al dente.

Í millitíðinni hitarðu smá olíu á stórri pönnu, bætið heilum skrældum hvítlauksgeiranum út í. Þegar olían er orðin heit skaltu bæta við fiskibitunum og brúna þá við háan hita í um 1 mínútu. Fjarlægðu hvítlaukinn og bætið hvítvíninu út í.

Þegar áfengið hefur gufað upp skaltu fjarlægja fiskibitana og lækka hitann. Um leið og spagettíið er tilbúið, bætið því á pönnuna og brúnið í um það bil eina mínútu, hrærið stöðugt í og bætið matreiðsluvatninu við ef þarf.

Hellið eggjarauðublöndunni og fiskibitunum út í. Blandið vel saman. Berið fram.

Næring (á 100 g):375 hitaeiningar 17 g fita 41,40 g kolvetni 14 g prótein 755 mg natríum

Garganelli með kúrbíts-pestó og rækjum

Undirbúningstími: 10 mínútur

Eldunartími: 30 mínútur

Skammtar: 4

Erfiðleikastig: miðlungs

Hráefni:

- 300 g af eggi Garganelli
- Fyrir kúrbít pestóið:
- 7 aura kúrbít
- 1 bolli furuhnetur
- 8 matskeiðar (0,35 aura) basil
- 1 tsk matarsalt
- 9 matskeiðar af extra virgin ólífuolíu
- 2 matskeiðar af parmesan til að rífa
- 1oz pecorino ostur til að rífa
- Fyrir steiktar rækjur:
- 8,8 aura rækjur
- 1 hvítlauksgeiri
- 7 teskeiðar af extra virgin ólífuolíu
- Klípa af salti

Leiðbeiningar:

Byrjaðu á því að útbúa pestóið:

Eftir að kúrbítarnir hafa verið þvegnir, rífðu þá í sundur, settu í sigti (til að láta þá missa umfram vökva) og saltaðu þá létt. Setjið furuhnetur, kúrbít og basilíkublöð í blandarann. Bætið við rifnum parmesan, pecorino og extra virgin ólífuolíu.

Blandið öllu saman þar til þú færð rjómablanda, bætið við klípu af salti og setjið til hliðar.

Farðu yfir í rækjuna:

Dragðu fyrst úr þörmunum með því að skera aftan á rækjuna með hníf eftir allri lengdinni og fjarlægðu svarta þráðinn að innan með hnífsoddinum.

Eldið hvítlauksrifið á pönnu sem festist ekki með extra virgin ólífuolíu. Fjarlægðu hvítlaukinn þegar hann er gullinn og bætið rækjunum út í. Brúnið þær í um það bil 5 mínútur við meðalhita, þar til þú sérð stökka skorpu að utan.

Sjóðið síðan pönnu af saltvatni og eldið garganelli. Setjið til hliðar nokkrar matskeiðar af eldunarvatni og hellið af pastanu al dente.

Settu Garganelli á pönnuna þar sem þú eldaðir rækjurnar. Eldið saman í eina mínútu, bætið skeið af matarvatni út í og bætið loks kúrbíts-pestóinu út í.

Blandið öllu vel saman til að blanda pastanu saman við sósuna.

Næring (á 100 g):776 hitaeiningar 46 g fita 68 g kolvetni 22,5 g prótein 835 mg natríum

Lax hrísgrjón

Undirbúningstími: 10 mínútur

Eldunartími: 30 mínútur

Skammtar: 4

Erfiðleikastig: miðlungs

Hráefni:

- 1 bolli (12,3 aura) hrísgrjón
- 8,8 aura laxasteikur
- 1 blaðlaukur
- Extra virgin ólífuolía eftir smekk
- 1 hvítlauksgeiri
- ½ glas af hvítvíni
- 3 ½ matskeiðar af rifnum Grana Padano
- Salt eftir smekk
- Svartur pipar eftir smekk
- 17 fl. oz (500ml) Fiskikraftur
- 1 bolli smjör

Leiðbeiningar:

Byrjaðu á því að þrífa laxinn og skera hann í litla bita. Eldið 1 matskeið af olíu á pönnu með heilum hvítlauksrif og brúnið laxinn í 2/3 mínútur, saltið og setjið laxinn til hliðar, fjarlægið hvítlaukinn.

Byrjaðu nú að undirbúa risotto:

Skerið blaðlaukinn í mjög litla bita og eldið hann við vægan hita á pönnu með tveimur matskeiðum af olíu. Bætið hrísgrjónunum út í og eldið í nokkrar sekúndur við meðalháan hita, hrærið með tréskeið.

Hellið hvítvíninu út í og haltu áfram að elda, hrærið af og til, reyndu að láta hrísgrjónin ekki festast við pönnuna og bætið soðinu smám saman út í (grænmeti eða fisk).

Þegar eldað er hálfnað, bætið við laxi, smjöri og smá salti ef þarf. Takið af hellunni þegar hrísgrjónin eru vel soðin. Blandið saman við nokkrar skeiðar af rifnum Grana Padano og berið fram.

Næring (á 100 g):521 hitaeiningar 13 g fita 82 g kolvetni 19 g prótein 839 mg natríum

Pasta með kirsuberjatómötum og ansjósum

Undirbúningstími: 15 mínútur

Eldunartími: 35 mínútur

Skammtar: 4

Erfiðleikastig: auðvelt

Hráefni:

- 10,5 aura spaghetti
- 1,3 pund Kirsuberjatómatar
- 9 aura ansjósur (forhreinsaðar)
- 2 matskeiðar af kapers
- 1 hvítlauksgeiri
- 1 lítill rauðlaukur
- Steinselja eftir smekk
- Extra virgin ólífuolía eftir smekk
- Borðsalt eftir smekk
- Svartur pipar eftir smekk
- Svartar ólífur eftir smekk

Leiðbeiningar:

Skerið hvítlauksrifið í þunnar sneiðar.

Skerið kirsuberjatómatana í tvennt. Afhýðið laukinn og sneið hann smátt.

Í pott, setjið ögn af olíu ásamt hvítlauknum og sneiðum lauknum. Hitið allt við meðalhita í 5 mínútur; blanda öðru hverju.

Þegar allt er orðið vel bragðbætt skaltu bæta við kirsuberjatómötunum og smá salti og pipar. Eldið í 15 mínútur. Í millitíðinni setjið pönnu með vatni á hitann og bætið við salti og pasta um leið og það sýður.

Þegar sósan er næstum tilbúin er ansjósunum bætt út í og soðið í nokkrar mínútur. Blandið varlega saman.

Slökkvið á hitanum, saxið steinseljuna og setjið á pönnuna.

Þegar það er soðið, hellið af pastanu og bætið því beint út í sósuna. Kveiktu aftur á hitanum í nokkrar sekúndur.

Næring (á 100 g):446 hitaeiningar 10 g fita 66,1 g kolvetni 22,8 g prótein 934 mg natríum

Orecchiette spergilkál og pylsa

Undirbúningstími: 10 mínútur

Eldunartími: 32 mínútur

Skammtar: 4

Erfiðleikastig: miðlungs

Hráefni:

- 11,5 aura af orecchiette
- 10.5 Spergilkál
- 10,5 aura pylsa
- 1,35 fl. oz (40 ml) af hvítvíni
- 1 hvítlauksgeiri
- 2 timjangreinar
- 7 teskeiðar af extra virgin ólífuolíu
- Svartur pipar eftir smekk
- Borðsalt eftir smekk

Leiðbeiningar:

Sjóðið pottinn með fullum tanki af vatni og salti. Fjarlægðu spergilkálið af stilknum og skerðu þá í tvennt eða 4 hluta ef þeir eru of stórir; Setjið þær síðan í sjóðandi vatn, hyljið pönnuna og eldið í 6-7 mínútur.

Á meðan er timjan smátt saxað og sett til hliðar. Takið hlífina af pylsunni og myljið hana varlega með hjálp gafflis.

Steikið hvítlauksrifið upp úr olíu og bætið pylsunni út í. Eftir nokkrar sekúndur bætið við timjan og smá hvítvíni.

Án þess að henda eldunarvatninu skaltu fjarlægja soðna spergilkálið með hjálp skeiðar og bæta því við kjötið smátt og smátt. Eldið allt í 3-4 mínútur. Fjarlægðu hvítlaukinn og bætið við smá svörtum pipar.

Látið suðuna koma upp í vatnið sem þú eldaðir spergilkálið í, bætið svo pastanu út í og látið sjóða. Þegar pastað er soðið skaltu tæma það með skeiðar og setja það beint yfir í spergilkálið og pylsusósuna. Blandið síðan vel saman, bætið við svörtum pipar og brúnið allt á pönnunni í nokkrar mínútur.

Næring (á 100 g):683 hitaeiningar 36 g fita 69,6 g kolvetni 20 g prótein 733 mg natríum

Radicchio og reykt beikon risotto

Undirbúningstími: 10 mínútur

Eldunartími: 30 mínútur

Skammtar: 3

Erfiðleikastig: miðlungs

Hráefni:

- 1 ½ bolli hrísgrjón
- 14oz Radicchio
- 5,3 aura reykt beikon
- 34 fl. oz (1l) Grænmetissoð
- 3,4 fl. oz (100 ml) af rauðvíni
- 7 teskeiðar af extra virgin ólífuolíu
- 1,7 aura skalottlaukur
- Borðsalt eftir smekk
- Svartur pipar eftir smekk
- 3 timjangreinar

Leiðbeiningar:

Byrjum á undirbúningi grænmetissoðsins.

Byrjaðu á radicchio: skerðu það í tvennt og fjarlægðu miðhlutann (hvíta hlutann). Skerið það í strimla, skolið vel og setjið til hliðar. Skerið líka reykta beikonið í strimla.

Saxið skalottlaukana smátt og setjið hann á pönnu með olíu. Látið malla við meðalhita, bætið sleif af seyði út í, bætið svo beikoninu út í og brúnið það.

Eftir um það bil 2 mínútur, bætið við hrísgrjónunum og ristið þau, hrærið oft. Á þessum tímapunkti er rauðvíninu hellt út í við háan hita.

Þegar allt áfengið hefur gufað upp skaltu halda áfram að elda með því að bæta við einni sleif af seyði í einu. Látið fyrri þorna áður en annarri er bætt við þar til hann er alveg eldaður. Bætið við salti og svörtum pipar (fer eftir því hversu miklu þú ákveður að bæta við).

Í lok eldunar skaltu bæta við radicchio ræmunum. Blandið þeim vel saman þar til þau blandast hrísgrjónunum, en án þess að elda þau. Bætið söxuðu timjaninu út í.

Næring (á 100 g):482 hitaeiningar 17,5 g fita 68,1 g kolvetni 13 g prótein 725 mg natríum

Pasta Alla Genovese

Undirbúningstími: 10 mínútur

Eldunartími: 25 mínútur

Skammtar: 3

Erfiðleikastig: miðlungs

Hráefni:

- 11,5 únsur af Ziti
- 1 pund nautakjöt
- 2,2 pund af gulllauk
- 2 aura sellerí
- 2 aura gulrætur
- 1 grein af steinselju
- 3,4 fl. oz (100 ml) af hvítvíni
- Extra virgin ólífuolía eftir smekk
- Borðsalt eftir smekk
- Svartur pipar eftir smekk
- Parmesan eftir smekk

Leiðbeiningar:

Til að undirbúa pasta, byrjaðu á:

Afhýðið og saxið laukinn og gulræturnar smátt. Þvoið síðan og saxið selleríið smátt (ekki henda blöðunum, sem einnig á að saxa og setja til hliðar). Farðu síðan yfir í kjötið, hreinsaðu það af umframfitu og skerðu það í 5/6 stóra bita. Bindið að lokum selleríblöðin og steinseljukvistinn með eldhússnúru til að búa til ilmandi búnt.

Fylltu nóg af olíu á stóra pönnu. Bætið við lauknum, selleríinu og gulrótunum (sem þú hafðir áður sett til hliðar) og eldið í nokkrar mínútur.

Bætið svo kjötbitunum út í, klípa af salti og ilmandi búntinu. Blandið saman og eldið í nokkrar mínútur. Lækkið síðan hitann og hyljið með loki.

Eldið í að minnsta kosti 3 klukkustundir (ekki bæta við vatni eða seyði því laukurinn mun losa um allan þann vökva sem þarf til að koma í veg fyrir að botninn á pönnunni þorni). Af og til skaltu athuga allt og blanda saman.

Eftir 3 klukkustundir af eldun skaltu fjarlægja fullt af arómatískum jurtum, hækka hitann aðeins, bæta við hluta af víninu og blanda saman.

Eldið kjötið án loks í um klukkutíma, hrærið oft og bætið víninu út í þegar botninn á pönnunni hefur þornað.

Á þessum tímapunkti skaltu taka kjötstykki, skera það í sneiðar á skurðbretti og setja til hliðar. Saxið ziti og eldið þá í sjóðandi söltu vatni.

Þegar það er soðið, tæmdu það og settu það aftur í pottinn. Stráið nokkrum matskeiðum af eldunarvatni yfir og blandið saman. Raðið á disk og bætið við smá sósu og myldu kjötinu (þeim sem var sett til hliðar í skrefi 7). Bætið við pipar og rifnum parmesan eftir smekk.

Næring (á 100 g):450 hitaeiningar 8 g fita 80 g kolvetni 14,5 g prótein 816 mg natríum

Napólískt blómkálspasta

Undirbúningstími: 15 mínútur

Eldunartími: 35 mínútur

Skammtar: 3

Erfiðleikastig: miðlungs

Hráefni:

- 10,5 oz pasta
- 1 blómkál
- 3,4 fl. 100 ml af tómatpúrru
- 1 hvítlauksgeiri
- 1 chilipipar
- 3 matskeiðar af extra virgin ólífuolíu (eða teskeiðar)
- Salt eftir smekk
- Pipar eftir þörfum

Leiðbeiningar:

Hreinsið blómkálið vel: fjarlægið ystu blöðin og stilkinn. Skerið það í lítil blóm.

Afhýðið hvítlauksrifið, saxið það og brúnið það í potti með olíu og chilli pipar.

Bætið tómatpúrrunni og blómkálsblómunum út í og látið brúnast í nokkrar mínútur við vægan hita, hyljið síðan með nokkrum sleifum af vatni og eldið í 15-20 mínútur eða að minnsta kosti þar til blómkálið fer að verða rjómakennt.

Ef þú sérð að botninn á pönnunni er of þurr skaltu bæta við eins miklu vatni og þarf svo blandan haldist fljótandi.

Á þessum tímapunkti skaltu hylja blómkálið með heitu vatni og þegar það hefur náð suðu skaltu bæta við pastanu.

Kryddið með salti og pipar.

Næring (á 100 g):458 hitaeiningar 18 g fita 65 g kolvetni 9 g prótein 746 mg natríum

Pasta og baunir, appelsínu og fennel

Undirbúningstími: 10 mínútur

Eldunartími: 30 mínútur

Skammtar: 5

Erfiðleikastig: erfitt

Hráefni:

- Extra virgin ólífuolía - 1 msk. plús aukalega fyrir framreiðslu
- Beikon - 2 aura, fínt hakkað
- Laukur - 1, fínt saxaður
- Fennel - 1 pera, stilkunum fleygt, peran helmingaður, kjarnhreinsaður og smátt saxaður
- Sellerí - 1 stafur, hakkað
- Hvítlaukur - 2 negull, saxaður
- Ansjósuflök - 3, skoluð og saxuð
- Saxað ferskt oregano - 1 msk.
- Rifinn appelsínubörkur - 2 tsk.
- Fennel fræ - ½ tsk.
- Rauð piparflögur - ¼ teskeið.
- Hægeldaðir tómatar - 1 dós (28 aura)
- Parmesan - 1 börkur, auk meira til að bera fram
- Cannellini baunir - 1 dós (7 aura), skoluð
- Kjúklingasoð - 2 ½ bollar
- Vatn - 2 ½ bollar
- Salt og pipar

- Bygg - 1 bolli
- Hakkað fersk steinselja - ¼ bolli

Leiðbeiningar:

Hitið olíuna í hollenskum ofni yfir meðalhita. Bætið beikoninu út í. Hrærið í 3-5 mínútur eða þar til þær eru farnar að brúnast. Hrærið selleríinu, fennelinu og lauknum saman við og steikið þar til það er mjúkt (um það bil 5-7 mínútur).

Hrærið piparflögunum, fennelfræjunum, appelsínubörknum, oregano, ansjósum og hvítlauk saman við. Eldið í 1 mínútu. Blandið tómötunum og safa þeirra saman. Blandið saman parmesan berki og baunum.

Látið suðuna koma upp og eldið í 10 mínútur. Blandið vatni, seyði og 1 tsk. salt. Látið suðuna koma upp við háan hita. Blandið pastanu saman og eldið al dente.

Takið af hellunni og fargið parmesan börknum.

Hrærið steinselju saman við og kryddið með salti og pipar eftir smekk. Hellið smá ólífuolíu út í og toppið með rifnum parmesan. Berið fram.

Næring (á 100 g):502 hitaeiningar 8,8 g fita 72,2 g kolvetni 34,9 g prótein 693 mg natríum

Sítrónu spaghetti

Undirbúningstími: 10 mínútur

Eldunartími: 15 mínútur

Skammtar: 6

Erfiðleikastig: auðvelt

Hráefni:

- Extra virgin ólífuolía - ½ bolli
- Rifinn sítrónubörkur - 2 tsk.
- Sítrónusafi - 1/3 bolli
- Hvítlaukur - 1 negull, saxaður fyrir pate
- Salt og pipar
- Parmesan - 2 aura, rifinn
- Spaghetti - 1 pund
- Hakkað fersk basilíka - 6 matskeiðar.

Leiðbeiningar:

Þeytið hvítlauk, olíu, sítrónubörk, safa, ½ tsk í skál. salt og ¼ tsk. Pipar. Bætið parmesan saman við og blandið þar til það er rjómakennt.

Á meðan er pastað soðið samkvæmt leiðbeiningum á umbúðum. Tæmdu og geymdu ½ bolla af eldunarvatninu. Bætið olíu og basilíkublöndunni út í pastað og hrærið saman. Kryddið vel og bætið eldunarvatninu við eftir þörfum. Berið fram.

Næring (á 100 g):398 hitaeiningar 20,7 g fita 42,5 g kolvetni 11,9 g prótein 844 mg natríum

Kryddað grænmetis Cous Cous

Undirbúningstími: 10 mínútur

Eldunartími: 20 mínútur

Skammtar: 6

Erfiðleikastig: erfitt

Hráefni:

- Blómkál - 1 höfuð, skorið í 1 tommu blóma
- Extra virgin ólífuolía - 6 matskeiðar. plús aukalega fyrir framreiðslu
- Salt og pipar
- Kúskús - 1 ½ bollar
- Kúrbít - 1, skorið í ½ tommu bita
- Rauð paprika - 1, stilkuð, fræhreinsuð og skorin í ½ tommu bita
- Hvítlaukur - 4 negull, saxaður
- Ras el hanout - 2 teskeiðar.
- Rifinn sítrónubörkur -1 tsk. fleiri sítrónubáta til að bera fram
- Kjúklingasoð - 1 ¾ bollar
- Saxaður ferskur marjoram - 1 msk.

Leiðbeiningar:

Hitið 2 msk á pönnu. olíu við meðalhita. Bætið við blómkáli, ¾ tsk. salt og ½ tsk. Pipar. Blandið saman. Eldið þar til blómin eru brún og brúnirnar aðeins hálfgagnsærar.

Takið lokið af og eldið, hrærið í 10 mínútur eða þar til blómin eru gullinbrún. Færið í skál og hreinsið pönnuna. Hitið 2 msk. olíu á pönnunni.

Bætið kúskúsinu út í. Eldið og haltu áfram að hræra í 3-5 mínútur eða þar til kjarnarnir byrja að brúnast. Færið í skál og hreinsið pönnuna. Hitið þær 3 matskeiðar sem eftir eru. olíu á pönnuna og bætið papriku, kúrbít og ½ tsk. salt. Eldið í 8 mínútur.

Hrærið sítrónuberki, ras el hanout og hvítlauk saman við. Eldið þar til ilmandi (um 30 sekúndur). Setjið í soðið og látið malla. Hrærið kúskúsinu saman við. Takið af hitanum og setjið til hliðar þar til það er meyrt.

Bætið við marjoram og blómkáli; flautið síðan varlega með gaffli til að blanda saman við. Hellið yfir auka olíu og kryddið vel. Berið fram með sítrónubátum.

Næring (á 100 g):787 hitaeiningar 18,3 g fita 129,6 g kolvetni 24,5 g prótein 699 mg natríum

Kryddbökuð hrísgrjón með fennel

Undirbúningstími: 10 mínútur

Eldunartími: 45 mínútur

Skammtar: 8

Erfiðleikastig: miðlungs

Hráefni:

- Sætar kartöflur - 1 ½ pund, skrældar og skornar í 1 tommu bita
- Extra virgin ólífuolía - ¼ bolli
- Salt og pipar
- Fennel - 1 pera, fínt hakkað
- Lítill laukur - 1, fínt saxaður
- Langkorna hvít hrísgrjón - 1 ½ bolli, skoluð
- Hvítlaukur - 4 negull, saxaður
- Ras el hanout - 2 teskeiðar.
- Kjúklingasoð - 2 bollar
- Stórar grónar ólífur í saltvatni - ¾ bolli, helmingaðar
- Saxaður ferskur kóríander - 2 matskeiðar.
- Lime bátar

Leiðbeiningar:

Setjið ofngrind í miðjuna og hitið ofninn í 400F. Kryddið kartöflurnar með ½ tsk. salt og 2 msk. olía.

Raðið kartöflunum í einu lagi á ofnplötu og steikið í 25 til 30 mínútur eða þar til þær eru mjúkar. Hrærið kartöflurnar hálfa leið í eldun.

Taktu kartöflurnar út og lækkaðu ofnhitann í 350F. Hitið þær 2 matskeiðar sem eftir eru í hollenskum ofni. olíu við meðalhita.

Bætið lauknum og fennel; eldið síðan í 5 til 7 mínútur eða þar til það er mjúkt. Hrærið ras el hanout, hvítlauk og hrísgrjónum saman við. Hrærið í 3 mínútur.

Hrærið ólífum og seyði saman við og látið standa í 10 mínútur. Bætið kartöflunum við hrísgrjónin og fyllið varlega með gaffli til að sameina. Kryddið með salti og pipar eftir smekk. Skreytið með kóríander og berið fram með limebátum.

Næring (á 100 g):207 hitaeiningar 8,9 g fita 29,4 g kolvetni 3,9 g prótein 711 mg natríum

Marokkóskús með kjúklingabaunum

Undirbúningstími: 5 mínútur

Eldunartími: 18 mínútur

Skammtar: 6

Erfiðleikastig: miðlungs

Hráefni:

- Extra virgin ólífuolía - ¼ bolli, aukalega fyrir framreiðslu
- Kúskús - 1 ½ bollar
- Fínar gulrætur, skrældar og saxaðar - 2
- Fínt saxaður laukur - 1
- Salt og pipar
- Hvítlaukur - 3 negull, saxaður
- Malað kóríander - 1 tsk.
- Malað engifer - teskeið.
- Maluð anísfræ - ¼ teskeið.
- Kjúklingasoð - 1 ¾ bollar
- Kjúklingabaunir - 1 dós (15 aura), skoluð
- Frosnar baunir - 1 ½ bollar
- Hakkað fersk steinselja eða kóríander - ½ bolli
- sítrónubátar

Leiðbeiningar:

Hitið 2 msk. olíu á pönnu við meðalhita. Hrærið kúskúsinu út í og eldið í 3-5 mínútur eða þar til það er farið að brúnast. Færið í skál og hreinsið pönnuna.

Hitið 2 matskeiðar sem eftir eru. olíu á pönnuna og bætið lauknum, gulrótunum og 1 tsk. salt. Eldið í 5-7 mínútur. Hrærið anís, engifer, kóríander og hvítlauk út í. Eldið þar til ilmandi (um 30 sekúndur).

Bætið kjúklingabaunum og seyði út í og látið suðuna koma upp. Hrærið kúskúsinu og baunum saman við. Lokið og takið af hitanum. Setjið til hliðar þar til kúskúsið er orðið meyrt.

Bætið steinseljunni við kúskúsið og blandið saman með gaffli. Hellið yfir auka olíu og kryddið vel. Berið fram með sítrónubátum.

Næring (á 100 g):649 hitaeiningar 14,2 g fita 102,8 g kolvetni 30,1 g prótein 812 mg natríum

Grænmetispaella með grænum baunum og kjúklingabaunum

Undirbúningstími: 10 mínútur

Eldunartími: 35 mínútur

Skammtar: 4

Erfiðleikastig: auðvelt

Hráefni:

- Smá saffran
- Grænmetissoð - 3 bollar
- Ólífuolía - 1 msk.
- Gulur laukur - 1 stór, sneiddur
- Hvítlaukur - 4 negull, sneið
- Rauð paprika - 1, sneið
- Niðursoðnir tómatar - ¾ bolli, ferskir eða niðursoðnir
- Tómatmauk - 2 matskeiðar.
- heit paprika - 1 ½ tsk.
- Salt - 1 tsk.
- Nýmalaður svartur pipar - ½ teskeið.
- Grænar baunir - 1 ½ bollar, afhýddar og skornar í tvennt
- Kjúklingabaunir - 1 dós (15 aura), tæmd og skoluð
- Stutt korn hvít hrísgrjón - 1 bolli
- Sítróna - 1, skorin í báta

Leiðbeiningar:

Blandið saffranþræðinum saman við 3 msk. heitt vatn í lítilli skál. Í potti, láttu vatn sjóða við meðalhita. Lækkið hitann og látið malla.

Eldið olíuna á pönnu við meðalhita. Hrærið laukinn út í og steikið í 5 mínútur. Bætið við piparnum og hvítlauknum og hrærið í í 7 mínútur eða þar til piparinn hefur mýkst. Hrærið vatns-saffranblöndunni, salti, pipar, papriku, tómatmauki og tómötum saman við.

Bætið hrísgrjónunum, kjúklingabaunum og grænum baunum saman við. Hrærið heitu soðinu út í og látið suðuna koma upp. Lækkið hitann og látið malla án loks í 20 mínútur.

Berið fram heitt, skreytt með sítrónubátum.

Næring (á 100 g):709 hitaeiningar 12 g fita 121 g kolvetni 33 g prótein 633 mg natríum

Hvítlauksrækjur með tómötum og basil

Undirbúningstími: 10 mínútur

Eldunartími: 10 mínútur

Skammtar: 4

Erfiðleikastig: auðvelt

Hráefni:

- Ólífuolía - 2 matskeiðar.
- Rækjur - 1 ¼ pund, skrældar og hreinsaðar
- Hvítlaukur - 3 negull, saxaður
- Myldar rauðar piparflögur - 1/8 tsk.
- Þurrt hvítvín - ¾ bolli
- Vínber tómatar - 1 ½ bollar
- Fínt skorin fersk basilíka - ¼ bolli, auk meira til að skreyta
- Salt - ¾ teskeið.
- Malaður svartur pipar - ½ tsk.

Leiðbeiningar:

Hitið olíuna á pönnu yfir meðalháum hita. Bætið rækjunni út í og eldið í 1 mínútu eða þar til hún er rétt í gegn. Flyttu yfir á disk.

Setjið rauðu piparflögurnar og hvítlaukinn í olíuna á pönnunni og eldið, hrærið í, í 30 sekúndur. Bætið víninu út í og eldið þar til það hefur minnkað um helming.

Bætið tómötunum út í og hrærið þar til tómatarnir byrja að brotna niður (um það bil 3 til 4 mínútur). Hrærið út í fráteknu rækjunni, salti, pipar og basil. Eldið í 1 til 2 mínútur í viðbót.

Berið fram skreytt með basilíkunni sem eftir er.

Næring (á 100 g):282 hitaeiningar 10 g fita 7 g kolvetni 33 g prótein 593 mg natríum

Rækju paella

Undirbúningstími: 10 mínútur

Eldunartími: 25 mínútur

Skammtar: 4

Erfiðleikastig: miðlungs

Hráefni:

- Ólífuolía - 2 matskeiðar.
- Miðlungs laukur - 1, sneið
- Rauð paprika - 1, sneið
- Hvítlaukur - 3 negull, saxaður
- Smá saffran
- heit paprika - ¼ tsk.
- Salt - 1 tsk.
- Nýmalaður svartur pipar - ½ teskeið.
- Kjúklingasoð - 3 bollar, skipt
- Stutt korn hvít hrísgrjón - 1 bolli
- Stórar rækjur afhýddar og afhýddar - 1 pund
- Frosnar baunir - 1 bolli, þíða

Leiðbeiningar:

Hitið ólífuolíuna á pönnu. Hrærið lauknum og piparnum saman við og steikið í 6 mínútur eða þar til það er mjúkt. Bætið salti, pipar, papriku, saffran og hvítlauk út í og blandið saman. Hrærið 2 ½ bolla seyði og hrísgrjónum saman við.

Látið suðuna sjóða og látið malla þar til hrísgrjónin eru soðin, um 12 mínútur. Setjið rækjurnar og baunirnar á hrísgrjónin og bætið við afganginum af ½ bolla af soðinu.

Setjið lokið aftur á pönnuna og eldið þar til allar rækjurnar eru rétt soðnar í gegn (um það bil 5 mínútur). Berið fram.

Næring (á 100 g):409 hitaeiningar 10 g fita 51 g kolvetni 25 g prótein 693 mg natríum

Linsubaunasalat með ólífum, myntu og fetaost

Undirbúningstími: 60 mínútur

Eldunartími: 60 mínútur

Skammtar: 6

Erfiðleikastig: miðlungs

Hráefni:

- Salt og pipar
- Franskar linsubaunir - 1 bolli, tíndar og skolaðar
- Hvítlaukur - 5 negull, létt mulið og afhýtt
- Lárviðarlauf - 1
- Extra virgin ólífuolía - 5 matskeiðar.
- Hvítvínsedik - 3 matskeiðar.
- Helldar Kalamata ólífur - ½ bolli, saxaðar
- Hakkað fersk mynta - ½ bolli
- Sallot - 1 stór, saxaður
- Fetaostur - 1 únsa, mulið

Leiðbeiningar:

Bætið við 4 bollum af heitu vatni og 1 tsk. salt í skál. Bætið linsunum út í og látið liggja í bleyti við stofuhita í 1 klst. Tæmið vel.

Settu grindina í miðjuna og hitaðu ofninn í 325F. Blandið saman linsubaunum, 4 bollum af vatni, hvítlauk, lárviðarlaufi og ½ tsk.

salt í potti. Lokið og setjið pottinn í ofninn og eldið í 40 til 60 mínútur eða þar til linsurnar eru mjúkar.

Látið linsurnar renna vel af, fjarlægið hvítlaukinn og lárviðarlaufið. Sigtið olíu og edik saman í stórri skál. Bætið skalottlaukum, myntu, ólífum og linsubaunum út í og hrærið saman.

Kryddið með salti og pipar eftir smekk. Setjið vel á framreiðsludisk og skreytið með fetaost. Berið fram.

Næring (á 100 g):249 hitaeiningar 14,3 g fita 22,1 g kolvetni 9,5 g prótein 885 mg natríum

Kjúklingabaunir með hvítlauk og steinselju

Undirbúningstími: 5 mínútur

Eldunartími: 20 mínútur

Skammtar: 6

Erfiðleikastig: miðlungs

Hráefni:

- Extra virgin ólífuolía - ¼ bolli
- Hvítlaukur - 4 negull, skorinn í þunnar sneiðar
- Rauð piparflögur - 1/8 tsk.
- Laukur - 1, hakkað
- Salt og pipar
- Kjúklingabaunir - 2 dósir (15 aura), skolaðar
- Kjúklingasoð - 1 bolli
- Hakkað fersk steinselja - 2 matskeiðar.
- Sítrónusafi - 2 teskeiðar.

Leiðbeiningar:

Í pönnu, bætið 3 msk. smyrjið og eldið hvítlauks- og piparflögurnar í 3 mínútur. Hrærið lauk og ¼ tsk. saltið og eldið í 5-7 mínútur.

Blandið saman kjúklingabaununum og seyði og látið suðuna koma upp. Lækkið hitann og látið malla í 7 mínútur, lokið.

Afhjúpaðu og stilltu hitann á háan og eldaðu í 3 mínútur eða þar til allur vökvinn hefur gufað upp. Setjið til hliðar og blandið sítrónusafanum og steinseljunni saman við.

Kryddið með salti og pipar eftir smekk. Kryddið með 1 msk. smyrja og bera fram.

Næring (á 100 g):611 hitaeiningar 17,6 g Fita 89,5 g Kolvetni 28,7 g Prótein 789 mg natríum

Steiktar kjúklingabaunir með eggaldini og tómötum

Undirbúningstími: 10 mínútur

Eldunartími: 60 mínútur

Skammtar: 6

Erfiðleikastig: auðvelt

Hráefni:

- Extra virgin ólífuolía - ¼ bolli
- Laukur - 2, hakkað
- Græn paprika - 1, fínt hakkað
- Salt og pipar
- Hvítlaukur - 3 negull, saxaður
- Saxað ferskt oregano - 1 msk.
- Lárviðarlauf - 2
- Eggaldin - 1 pund, skorið í 1 tommu bita
- Heilir, skrældar tómatar - 1, dós, tæmd með fráteknum safa, hakkað
- Kjúklingabaunir - 2 (15 aura) dósir, tæmdar með 1 bolli fráteknum vökva

Leiðbeiningar:

Setjið ofngrind í neðri miðju og hitið ofninn í 400F. Hitið olíu í hollenskum ofni. Bætið við papriku, lauk, ½ tsk. salt og ¼ tsk. Pipar. Hrærið í 5 mínútur.

Hrærið 1 tsk. oregano, hvítlauk og lárviðarlauf og eldið í 30 sekúndur. Hrærið tómötum, eggaldin, fráteknum safa, kjúklingabaunum og fráteknum vökva saman við og látið sjóða. Settu pönnuna yfir í ofninn og eldaðu, án loks, í 45 til 60 mínútur. Hrært tvisvar.

Fjarlægðu lárviðarlaufin. Hrærið 2 tsk sem eftir eru saman við. oregano og kryddið með salti og pipar. Berið fram.

Næring (á 100 g):642 hitaeiningar 17,3 g fita 93,8 g kolvetni 29,3 g prótein 983 mg natríum

Grísk hrísgrjón með sítrónu

Undirbúningstími: 20 mínútur

Eldunartími: 45 mínútur

Skammtar: 6

Erfiðleikastig: miðlungs

Hráefni:

- Langkorna hrísgrjón - 2 bollar, ósoðin (lögð í köldu vatni í 20 mínútur, síðan tæmd)
- Extra virgin ólífuolía - 3 matskeiðar.
- Gulur laukur - 1 miðlungs, hakkað
- Hvítlaukur - 1 negull, saxaður
- Orzo Pasta - ½ bolli
- Safi úr 2 sítrónum, auk börk af 1 sítrónu
- Lítið natríum seyði - 2 bollar
- Klípa af salti
- Hakkað steinselja - 1 stór handfylli
- Dill illgresi - 1 tsk.

Leiðbeiningar:

Hitið 3 msk í potti. extra virgin ólífuolía. Bætið lauknum út í og hrærið í 3-4 mínútur. Bætið orzo pastanu og hvítlauknum saman við og hrærið saman.

Bætið síðan hrísgrjónum við hjúpinn. Bætið soðinu og sítrónusafanum út í. Látið suðuna koma upp og lækkið hitann. Lokið og eldið í um 20 mínútur.

Takið af hitanum. Lokið og setjið til hliðar í 10 mínútur. Afhjúpaðu og bætið sítrónubörknum, dillgresinu og steinseljunni út í. Berið fram.

Næring (á 100 g):145 hitaeiningar 6,9 g fita 18,3 g kolvetni 3,3 g prótein 893 mg natríum

Hrísgrjón með ilmandi kryddjurtum

Undirbúningstími: 10 mínútur

Eldunartími: 30 mínútur

Skammtar: 4

Erfiðleikastig: auðvelt

Hráefni:

- Extra virgin ólífuolía - ½ bolli, skipt
- Stór hvítlauksrif - 5, hakkað
- Brún jasmín hrísgrjón - 2 bollar
- Vatn - 4 bollar
- Sjávarsalt - 1 tsk.
- Svartur pipar - 1 tsk.
- Saxaður ferskur graslaukur - 3 matskeiðar.
- Hakkað fersk steinselja - 2 matskeiðar.
- Hakkað fersk basilíka - 1 msk.

Leiðbeiningar:

Bætið ¼ bolli af ólífuolíu, hvítlauknum og hrísgrjónunum í pott. Hrærið og hitið við meðalhita. Blandið saman vatni, sjávarsalti og svörtum pipar. Blandið síðan aftur saman.

Látið suðuna koma upp og lækkið hitann. Látið malla, án loks, hrærið af og til.

Þegar vatnið er næstum frásogast skaltu hræra ¼ bolla af ólífuolíu sem eftir er af ólífuolíu saman við ásamt basil, steinselju og graslauk.

Blandið þar til kryddjurtirnar eru komnar inn í og allt vatnið er frásogast.

Næring (á 100 g):304 hitaeiningar 25,8 g fita 19,3 g kolvetni 2 g prótein 874 mg natríum

Miðjarðarhafs hrísgrjónasalat

Undirbúningstími: 10 mínútur

Eldunartími: 25 mínútur

Skammtar: 4

Erfiðleikastig: miðlungs

Hráefni:

- Extra virgin ólífuolía - ½ bolli, skipt
- Langkorna brún hrísgrjón - 1 bolli
- Vatn - 2 bollar
- Ferskur sítrónusafi - ¼ bolli
- Hvítlauksrif - 1, hakkað
- Saxað ferskt rósmarín - 1 tsk.
- Hakkað fersk mynta - 1 tsk.
- Belgískur andívía - 3, hakkað
- Rauð paprika - 1 meðalstór, hakkað
- Gróðurhúsagúrka - 1, hakkað
- Saxaður heill grænn laukur - ½ bolli
- Saxaðar Kalamata ólífur - ½ bolli
- Rauð piparflögur - ¼ teskeið.
- Muldur fetaostur - ¾ bolli
- Sjávarsalt og svartur pipar

Leiðbeiningar:

Hitið ¼ bolli af ólífuolíu, hrísgrjónum og smá salti í potti við lágan hita. Hrærið til að húða hrísgrjónin. Bætið vatninu við og látið malla þar til vatnið er frásogast. Hrært af og til. Hellið hrísgrjónunum í stóra skál og látið kólna.

Í annarri skál skaltu sameina afganginn af ¼ bolli af ólífuolíu, rauðum piparflögum, ólífum, grænum lauk, agúrku, papriku, andívíu, myntu, rósmaríni, hvítlauk og sítrónusafa.

Setjið hrísgrjónin í blönduna og hrærið til að blanda saman. Hrærið fetaostinum varlega saman við.

Smakkið til og stillið kryddið. Berið fram.

Næring (á 100 g):415 hitaeiningar 34 g fita 28,3 g kolvetni 7 g prótein 4755 mg natríum

Ferskt bauna- og túnfisksalat

Undirbúningstími: 5 mínútur

Eldunartími: 20 mínútur

Skammtar: 6

Erfiðleikastig: auðvelt

Hráefni:

- Ferskar skurnar (óskurnar) baunir - 2 bollar
- Lárviðarlauf - 2
- Extra virgin ólífuolía - 3 matskeiðar.
- Rauðvínsedik - 1 msk.
- Salt og svartur pipar
- Túnfiskur af bestu gæðum - 1 dós (6 aura), pakkað í ólífuolíu
- Saltar kapers - 1 msk. bleytt og þurrkað
- Fínt söxuð flatblaða steinselja - 2 matskeiðar.
- Rauðlaukur - 1, sneið

Leiðbeiningar:

Sjóðið léttsaltað vatn á pönnu. Bæta við baunum og lárviðarlaufum; Næst skaltu elda í 15 til 20 mínútur eða þar til baunirnar eru mjúkar en samt stífar. Tæmdu, fjarlægðu ilmefnin og færðu í skál.

Kryddið baunirnar strax með ediki og olíu. Bætið salti og svörtum pipar út í. Blandið vel saman og stillið kryddið. Tæmdu túnfiskinn og hentu túnfiskkjötinu í baunasalatið. Bætið steinseljunni og kapers út í. Hrærið til að blanda saman og stráið rauðlaukssneiðunum yfir. Berið fram.

Næring (á 100 g):85 hitaeiningar 7,1 g fita 4,7 g kolvetni 1,8 g prótein 863 mg natríum

Ljúffengt kjúklingapasta

Undirbúningstími: 10 mínútur

Eldunartími: 17 mínútur

Skammtar: 4

Erfiðleikastig: auðvelt

Hráefni:

- 3 kjúklingabringur, roðlausar, beinlausar, skornar í bita
- 300 g af grófu pasta
- 1/2 bolli ólífur, sneiddar
- 1/2 bolli þurrkaðir tómatar
- 1 msk ristuð rauð paprika, saxuð
- 14 oz dós tómatar, skornir í teninga
- 2 bollar marinara sósa
- 1 bolli kjúklingasoð
- Pipar
- salt

Leiðbeiningar:

Setjið öll hráefni nema heilhveitipasta í Instant Pot.

Lokaðu lokinu og eldaðu við háan hita í 12 mínútur.

Þegar það er búið, láttu þrýstinginn losa náttúrulega. Fjarlægðu hlífina.

Bætið pastanu út í og blandið vel saman. Lokaðu pottinum aftur og veldu handvirkt og stilltu teljarann á 5 mínútur.

Þegar því er lokið skaltu sleppa þrýstingnum í 5 mínútur, slepptu síðan afganginum með hraðlosuninni. Fjarlægðu hlífina. Blandið vel saman og berið fram.

Næring (á 100 g):615 hitaeiningar 15,4 g fita 71 g kolvetni 48 g prótein 631 mg natríum

Miðjarðarhafs tacos

Undirbúningstími: 10 mínútur

Eldunartími: 14 mínútur

Skammtar: 8

Erfiðleikastig: miðlungs

Hráefni:

- 1 pund nautahakk
- 8 aura cheddar ostur, rifinn
- 14 oz dós rauðar baunir
- 2 aura taco krydd
- 16 aura af sósu
- 2 bollar af vatni
- 2 bollar hýðishrísgrjón
- Pipar
- salt

Leiðbeiningar:

Stilltu Instant Pot á sauté stillingu.

Bætið kjötinu í pottinn og brúnið þar til það er brúnt.

Bætið við vatni, baunum, hrísgrjónum, tacokryddi, pipar og salti og blandið vel saman.

Kláraðu með sósunni. Lokaðu lokinu og eldaðu við háan hita í 14 mínútur.

Þegar þessu er lokið skaltu losa þrýstinginn með því að nota hraðlosunina. Fjarlægðu hlífina.

Hrærið cheddarostinum saman við og hrærið þar til osturinn er bráðinn.

Berið fram og njótið.

Næring (á 100 g):464 hitaeiningar 15,3 g fita 48,9 g kolvetni 32,2 g prótein 612 mg natríum

Bragðgóður mac and cheese

Undirbúningstími: 10 mínútur

Eldunartími: 10 mínútur

Skammtar: 6

Erfiðleikastig: auðvelt

Hráefni:

- 500 g gróft olnbogapasta
- 4 bollar af vatni
- 1 bolli niðurskornir tómatar
- 1 tsk hakkaður hvítlaukur
- 2 matskeiðar af ólífuolíu
- 1/4 bolli grænn laukur, saxaður
- 1/2 bolli rifinn parmesan
- 1/2 bolli rifinn mozzarella
- 1 bolli cheddar ostur, rifinn
- 1/4 bolli mauk
- 1 bolli ósykrað möndlumjólk
- 1 bolli marineraðir ætiþistlar, skornir í teninga
- 1/2 bolli sólþurrkaðir tómatar, skornir í sneiðar
- 1/2 bolli ólífur, sneiddar
- 1 teskeið af salti

Leiðbeiningar:

Bætið pasta, vatni, tómötum, hvítlauk, olíu og salti í Instant Pot og blandið vel saman. Lokið lokinu og eldið við háan hita.

Þegar því er lokið skaltu sleppa þrýstingnum í nokkrar mínútur, slepptu síðan leifunum með hraðtæmingu. Fjarlægðu hlífina.

Stilltu pottinn á sauté stillingu. Bætið við grænum lauk, parmesan, mozzarella, cheddar osti, mauki, möndlumjólk, ætiþistlum, sólþurrkuðum tómötum og ólífum. Blandið vel saman.

Blandið vel saman og eldið þar til osturinn hefur bráðnað.

Berið fram og njótið.

Næring (á 100 g):519 hitaeiningar 17,1 g fita 66,5 g kolvetni 25 g prótein 588 mg natríum

Agúrka ólífu hrísgrjón

Undirbúningstími: 10 mínútur

Eldunartími: 10 mínútur

Skammtar: 8

Erfiðleikastig: miðlungs

Hráefni:

- 2 bollar hrísgrjón, skoluð
- 1/2 bolli steinhreinsaðar ólífur
- 1 bolli agúrka, saxuð
- 1 matskeið rauðvínsedik
- 1 tsk rifinn sítrónubörkur
- 1 matskeið ferskur sítrónusafi
- 2 matskeiðar af ólífuolíu
- 2 bollar grænmetissoð
- 1/2 tsk þurrkað oregano
- 1 rauð paprika, söxuð
- 1/2 bolli laukur, saxaður
- 1 matskeið ólífuolía
- Pipar
- salt

Leiðbeiningar:

Bætið olíu í innri pottinn á Instant Pot og veldu pottinn til að steikja ham. Bætið lauknum út í og steikið í 3 mínútur. Bætið papriku og oregano út í og steikið í 1 mínútu.

Bætið hrísgrjónunum og seyði út í og blandið vel saman. Lokaðu lokinu og eldaðu við háan hita í 6 mínútur. Þegar því er lokið skaltu leyfa þrýstingnum að losa í 10 mínútur, slepptu síðan afganginum með hraðlosuninni. Fjarlægðu hlífina.

Bætið restinni af hráefnunum saman við og blandið vel saman. Berið það fram strax og njótið þess.

Næring (á 100 g):229 hitaeiningar 5,1 g fita 40,2 g kolvetni 4,9 g prótein 210 mg natríum

Arómatísk jurtirisotto

Undirbúningstími: 10 mínútur

Eldunartími: 15 mínútur

Skammtar: 4

Erfiðleikastig: miðlungs

Hráefni:

- 2 bollar hrísgrjón
- 2 matskeiðar rifinn parmesan
- 100 g af rjóma
- 1 matskeið ferskt oregano, saxað
- 1 msk fersk basilíka, saxuð
- 1/2 matskeið salvía, saxuð
- 1 laukur, saxaður
- 2 matskeiðar af ólífuolíu
- 1 tsk hvítlaukur, saxaður
- 4 bollar grænmetissoð
- Pipar
- salt

Leiðbeiningar:

Bætið olíunni í innri pottinn á Instant Pot og smellið pottinum í sauté ham. Bætið hvítlauknum og lauknum í innri pönnu skyndipottsins og þrýstið pottinum í sautunarham. Bætið hvítlauknum og lauknum út í og steikið í 2-3 mínútur.

Bætið öðru hráefninu nema parmesan og rjóma út í og blandið vel saman. Lokaðu lokinu og eldaðu við háan hita í 12 mínútur.

Þegar því er lokið skaltu sleppa þrýstingnum í 10 mínútur, slepptu síðan afganginum með hraðlosuninni. Fjarlægðu hlífina. Blandið saman rjóma og osti og berið fram.

Næring (á 100 g):514 hitaeiningar 17,6 g fita 79,4 g kolvetni 8,8 g prótein 488 mg natríum

Ljúffengt vorpasta

Undirbúningstími: 10 mínútur

Eldunartími: 4 mínútur

Skammtar: 4

Erfiðleikastig: auðvelt

Hráefni:

- 250 g af heilhveiti penne
- 1 matskeið ferskur sítrónusafi
- 2 matskeiðar saxuð fersk steinselja
- 1/4 bolli flögaðar möndlur
- 1/4 bolli rifinn parmesan
- 14 oz dós tómatar, skornir í teninga
- 1/2 bolli plómur
- 1/2 bolli kúrbít, saxað
- 1/2 bolli aspas
- 1/2 bolli gulrætur, saxaðar
- 1/2 bolli spergilkál, saxað
- 1 3/4 bollar grænmetissoð
- Pipar
- salt

Leiðbeiningar:

Bætið seyði, pars, tómötum, plómum, kúrbít, aspas, gulrótum og brokkolí í Instant Pot og blandið vel saman. Lokið og eldið við háan hita í 4 mínútur. Þegar þessu er lokið skaltu losa þrýstinginn með því að nota hraðlosunina. Fjarlægðu lokið. Blandið afganginum vel saman og berið fram.

Næring (á 100 g):303 hitaeiningar 2,6 g fita 63,5 g kolvetni 12,8 g prótein 918 mg natríum

Pasta með ristuðum pipar

Undirbúningstími: 10 mínútur

Eldunartími: 13 mínútur

Skammtar: 6

Erfiðleikastig: miðlungs

Hráefni:

- 1 pund heilhveiti penne pasta
- 1 msk ítalskt krydd
- 4 bollar grænmetissoð
- 1 matskeið hvítlaukur, saxaður
- 1/2 laukur, saxaður
- Brenndar rauðar paprikur í 14oz krukku
- 1 bolli fetaostur, mulinn
- 1 matskeið ólífuolía
- Pipar
- salt

Leiðbeiningar:

Bætið ristuðu piparnum í blandarann og blandið þar til slétt. Bætið olíu í innri pottinn á Instant Pot og stillið könnuna á sauté stillingu. Bætið hvítlauknum og lauknum í innri bollann í Instant Pot og hrærið. Bætið hvítlauknum og lauknum út í og steikið í 2-3 mínútur.

Bætið blönduðu ristuðu piparnum út í og steikið í 2 mínútur.

Bætið öðru hráefninu nema fetaostinum út í og blandið vel saman. Lokið vel og eldið við háan hita í 8 mínútur. Þegar því er lokið skaltu sleppa þrýstingnum náttúrulega í 5 mínútur, slepptu síðan afganginum með hraðlosuninni. Fjarlægðu hlífina. Toppið með fetaosti og berið fram.

Næring (á 100 g):459 hitaeiningar 10,6 g fita 68,1 g kolvetni 21,3 g prótein 724 mg natríum

Ostur basil tómat hrísgrjón

Undirbúningstími: 10 mínútur

Eldunartími: 26 mínútur

Skammtar: 8

Erfiðleikastig: miðlungs

Hráefni:

- 1 1/2 bollar hýðishrísgrjón
- 1 bolli rifinn parmesanostur
- 1/4 bolli fersk basilíka, saxuð
- 2 bollar kirsuberjatómatar, skornir í tvennt
- 250 g tómatsósa
- 1 3/4 bollar grænmetissoð
- 1 matskeið hvítlaukur, saxaður
- 1/2 bolli laukur, sneiddur
- 1 matskeið ólífuolía
- Pipar
- salt

Leiðbeiningar:

Bætið olíu við innri pönnu skyndipottsins og veljið pönnuna á hrærið. Setjið hvítlaukinn og laukinn í innri pottinn á Instant Pot og setjið á pönnuna. Hrærið hvítlauk og lauk saman við og steikið í 4 mínútur. Bætið hrísgrjónum, tómatsósu, soði, pipar og salti saman við og blandið vel saman.

Lokaðu því og eldaðu við háan hita í 22 mínútur.

Þegar því er lokið, láttu það losa um þrýsting í 10 mínútur, losaðu síðan leifar með hraðlosuninni. Fjarlægðu lokið. Bætið restinni af hráefnunum saman við og blandið saman. Berið fram og njótið.

Næring (á 100 g):208 hitaeiningar 5,6 g fita 32,1 g kolvetni 8,3 g prótein 863 mg natríum

Pasta með túnfiski

Undirbúningstími: 10 mínútur

Eldunartími: 8 mínútur

Skammtar: 6

Erfiðleikastig: miðlungs

Hráefni:

- 10 oz tæmd túnfiskur
- 15 aura heilhveiti rotini pasta
- 100 g mozzarella, skorinn í teninga
- 1/2 bolli rifinn parmesan
- 1 tsk þurrkuð basil
- 14 oz dós af tómötum
- 4 bollar grænmetissoð
- 1 matskeið hvítlaukur, saxaður
- 8 aura sveppir, sneiddir
- 2 kúrbítar, sneiddar
- 1 laukur, saxaður
- 2 matskeiðar af ólífuolíu
- Pipar
- salt

Leiðbeiningar:

Hellið olíunni í innri pottinn á Instant Pot og þrýstið pottinum ofan í hrærið. Bætið sveppunum, kúrbítunum og lauknum út í og steikið þar til laukurinn hefur mýkst. Bætið hvítlauknum út í og steikið í eina mínútu.

Bætið pasta, basil, túnfiski, tómötum og seyði út í og blandið vel saman. Lokaðu og eldaðu við háan hita í 4 mínútur. Þegar því er lokið skaltu sleppa þrýstingnum í 5 mínútur, slepptu síðan afganginum með hraðlosuninni. Fjarlægðu hlífina. Bætið hinum hráefnunum út í og blandið vel saman og berið fram.

Næring (á 100 g):346 hitaeiningar 11,9 g fita 31,3 g kolvetni 6,3 g prótein 830 mg natríum

Blandað avókadó og kalkúnasamlokur

Undirbúningstími: 5 mínútur

Eldunartími: 8 mínútur

Skammtar: 2

Erfiðleikastig: auðvelt

Hráefni:

- 2 rauðar paprikur, ristaðar og skornar í strimla
- ¼ pund þunnar sneiðar mesquite reykt kalkúnabringa
- 1 bolli heil fersk spínatblöð, klofin
- 2 sneiðar af próvolu
- 1 matskeið ólífuolía, skipt
- 2 rúllur af ciabatta
- ¼ bolli majónesi
- ½ þroskað avókadó

Leiðbeiningar:

Stappið majónesið og avókadóið vel saman í skál. Forhitið síðan Panini pressuna.

Skerið snúðana í tvennt og dreifið ólífuolíu á brauðið að innan. Fylltu síðan með fyllingunni, settu þau eitt í eitt í lag: próvolu, kalkúnabringur, ristaður chilipipar, spínatlauf og dreifðu avókadóblöndunni yfir og hjúpðu hina brauðsneiðina.

Setjið samlokuna í Panini pressuna og grillið í 5-8 mínútur þar til osturinn hefur bráðnað og brauðið stökkt og hrukkað.

Næring (á 100 g):546 hitaeiningar 34,8 g fita 31,9 g kolvetni 27,8 g prótein 582 mg natríum

Kjúklingur með gúrkum og mangó

Undirbúningstími: 5 mínútur

Eldunartími: 20 mínútur

Skammtar: 1

Erfiðleikastig: erfitt

Hráefni:

- ½ meðalstór agúrka skorin eftir endilöngu
- ½ þroskað mangó
- 1 msk salatdressing að eigin vali
- 1 heilhveiti tortilla
- 1 tommu þykk sneið af kjúklingabringum um það bil 6 tommur að lengd
- 2 matskeiðar af olíu til steikingar
- 2 matskeiðar heilhveiti
- 2-4 salatblöð
- Salt og pipar eftir smekk

Leiðbeiningar:

Skerið kjúklingabringur í 1 tommu ræmur og eldið aðeins samtals 6 tommu ræmur. Það væri eins og tvær ræmur af kjúklingi. Geymdu afganginn af kjúklingnum til notkunar í framtíðinni.

Kryddið kjúklinginn með pipar og salti. Dýptu í heilhveiti.

Yfir meðalhita, setjið litla pönnu sem festist ekki og hitið olíuna. Þegar olían er orðin heit, bætið þá kjúklingastrimlunum út í og steikið þar til þær eru gullinbrúnar í um 5 mínútur á hlið.

Á meðan kjúklingurinn eldar, setjið tortillapappírana inn í ofninn og eldið í 3 til 5 mínútur. Setjið síðan til hliðar og færið yfir á disk.

Skerið gúrkuna langsum, notið aðeins ½ og geymið afganginn af gúrkunni. Afhýðið gúrkuna í fjórða hluta og fjarlægið börkinn. Settu tvær agúrkusneiðar á tortillu, 1 tommu frá brúninni.

Skerið mangóið í sneiðar og geymið hinn helminginn með fræjunum. Flysjið mangóið án fræja, skerið það í strimla og setjið ofan á gúrkuna á tortillu.

Þegar kjúklingurinn er eldaður, setjið kjúklinginn við hliðina á gúrkunni í röð.

Bætið gúrkublaði út í, kryddið með salatsósu að eigin vali.

Rúllið upp tortillu, berið fram og njótið.

Næring (á 100 g):434 hitaeiningar 10 g fita 65 g kolvetni 21 g prótein 691 mg natríum

Fattoush - Miðausturlenskt brauð

Undirbúningstími: 10 mínútur

Eldunartími: 15 mínútur

Skammtar: 6

Erfiðleikastig: erfitt

Hráefni:

- 2 pítubrauð
- 1 matskeið extra virgin ólífuolía
- 1/2 tsk sumak, meira síðar
- Salt og pipar
- 1 hjarta af romaine salati
- 1 ensk agúrka
- 5 Roma tómatar
- 5 grænir laukar
- 5 radísur
- 2 bollar saxuð fersk steinseljublöð
- 1 bolli söxuð fersk myntulauf
- Kryddefni:
- 1 1/2 lime, safi
- 1/3 bolli extra virgin ólífuolía
- Salt og pipar
- 1 tsk malað súmak
- 1/4 tsk malaður kanill
- af skornum skammti 1/4 tsk malað pipar

Leiðbeiningar:

Ristið pítuna í brauðristinni í 5 mínútur. Og brjóta svo pítubrauðið í bita.

Hitið 3 matskeiðar ólífuolíu í 3 mínútur í stórri pönnu yfir miðlungs hita. Bætið pítubrauðinu út í og steikið þar til gullinbrúnt er, um 4 mínútur, hrærið í.

Bæta við salti, pipar og 1/2 tsk sumac. Setjið pítuflögurnar til hliðar frá hitanum og leggið þær á pappírshandklæði til að renna af.

Í stóra salatskál, blandið vel saxuðu salatinu, gúrkunni, tómötunum, grænum laukum, sneiðum radísu, myntulaufum og steinselju saman.

Til að búa til lime-víneigrettuna, þeytið allt hráefnið saman í lítilli skál.

Blandið dressingunni yfir salatið og blandið vel saman. Bætið pítubrauðinu út í.

Berið fram og njótið.

Næring (á 100 g):192 hitaeiningar 13,8 g fita 16,1 g kolvetni 3,9 g prótein 655 mg natríum

Glútenfrír hvítlaukur og tómatar focaccia

Undirbúningstími: 5 mínútur

Eldunartími: 20 mínútur

Skammtar: 8

Erfiðleikastig: erfitt

Hráefni:

- 1 egg
- ½ teskeið af sítrónusafa
- 1 matskeið hunang
- 4 matskeiðar af ólífuolíu
- Klípa af sykri
- 1 ¼ bolli heitt vatn
- 1 matskeið virkt þurrger
- 2 tsk saxað rósmarín
- 2 tsk saxað timjan
- 2 tsk söxuð basil
- 2 hvítlauksgeirar, saxaðir
- 1 ¼ tsk sjávarsalt
- 2 tsk xantangúmmí
- ½ bolli hirsi hveiti
- 1 bolli kartöflusterkja, ekki hveiti
- 1 bolli sorghum hveiti
- Glútenlaust maísmjöl til að rykhreinsa

Leiðbeiningar:

Kveiktu á ofninum í 5 mínútur og slökktu síðan á honum með ofnhurðinni lokaðri.

Bætið heitu vatni út í og klípu af sykri. Bætið gerinu út í og blandið varlega saman við. Látið standa í 7 mínútur.

Í stórri skál, þeytið saman kryddjurtum, hvítlauk, salti, xantangúmmíi, sterkju og hveiti. Þegar gerið hefur lyft sér, hellið því í hveitiskálina. Þeytið eggið, sítrónusafann, hunangið og ólífuolíuna saman.

Blandið vel saman og setjið í vel smurða ferkantaða pönnu, stráið með maísmjöli. Toppið með ferskum hvítlauk, öðrum kryddjurtum og sneiðum tómötum. Sett í heitan ofn og látið hefast í hálftíma.

Kveiktu á ofninum í 375oF og forhitaðu síðan í 20 mínútur. Focaccia er eldað þegar topparnir eru léttbrúnaðir. Takið strax úr ofninum og pönnunni og látið kólna. Það ætti að bera fram heitt.

Næring (á 100 g):251 hitaeiningar 9 g fita 38,4 g kolvetni 5,4 g prótein 366 mg natríum

Grillaður hamborgari með sveppum

Undirbúningstími: 15 mínútur

Eldunartími: 10 mínútur

Skammtar: 4

Erfiðleikastig: miðlungs

Hráefni:

- 2 bibb-salat, helmingað
- 4 sneiðar af rauðlauk
- 4 sneiðar af tómötum
- 4 heilhveitisrúllur, ristaðar
- 2 matskeiðar af ólífuolíu
- ¼ tsk cayenne pipar, valfrjálst
- 1 hvítlauksgeiri, saxaður
- 1 matskeið af sykri
- ½ bolli af vatni
- 1/3 bolli balsamik edik
- 4 stórir Portobello sveppahettur, um 5 tommur í þvermál

Leiðbeiningar:

Fjarlægðu stilkana af sveppunum og hreinsaðu þá með rökum klút. Færið yfir í eldfast mót með tálknin upp.

Blandið ólífuolíu, cayenne pipar, hvítlauk, sykri, vatni og ediki vel saman í skál. Hellið sveppunum yfir og marinerið sveppina í ref í að minnsta kosti klukkutíma.

Þegar klukkutíminn er næstum búinn, forhitið grillið í miðlungs-háan hita og smyrjið ristina.

Grillið sveppi í fimm mínútur á hlið eða þar til þeir eru mjúkir. Smyrjið sveppina með marineringunni svo þeir þorni ekki.

Til að setja saman, setjið ½ samloku á disk, skreytið með sneið af lauk, sveppum, tómötum og salatblaði. Hyljið með hinum efsta helmingnum af samlokunni. Endurtaktu ferlið með restinni af hráefnunum, berið fram og njóttu.

Næring (á 100 g):244 hitaeiningar 9,3 g fita 32 g kolvetni 8,1 g prótein 693 mg natríum

Miðjarðarhafið Baba Ghanoush

Undirbúningstími: 10 mínútur

Eldunartími: 25 mínútur

Skammtar: 4

Erfiðleikastig: miðlungs

Hráefni:

- 1 hvítlaukspera
- 1 rauð paprika, skorin í tvennt og fræhreinsuð
- 1 msk söxuð fersk basilíka
- 1 matskeið ólífuolía
- 1 tsk svartur pipar
- 2 eggaldin, skorin langsum
- 2 umferðir af focaccia eða pítu
- Safi úr 1 sítrónu

Leiðbeiningar:

Penslið grillið með matreiðsluúða og hitið grillið í meðalhátt.

Skerið toppana af hvítlauknum í sneiðar og pakkið þeim inn í álpappír. Setjið á svalasta hluta grillsins og steikið í að minnsta kosti 20 mínútur. Settu pipar- og eggaldinsneiðarnar á heitasta hluta grillsins. Grillið fyrir báðar hliðar.

Þegar perurnar eru tilbúnar, afhýðið ristuðu hvítlaukshýðið og setjið skrælda hvítlaukinn í matvinnsluvélina. Bætið við ólífuolíu, pipar, basil, sítrónusafa, grilluðum rauðum pipar og grilluðu eggaldini. Blandið saman og hellið í skál.

Grillið brauðið í að minnsta kosti 30 sekúndur á hlið til að hita það í gegn. Berið brauðið fram með maukuðu sósunni og njótið.

Næring (á 100 g):231,6 Kaloríur 4,8 g Fita 36,3 g Kolvetni 6,3 g Prótein 593 mg Natríum

www.ingramcontent.com/pod-product-compliance
Lightning Source LLC
LaVergne TN
LVHW010922061026
849535LV00007B/2184
* 9 7 8 1 8 3 5 7 9 3 3 2 9 *